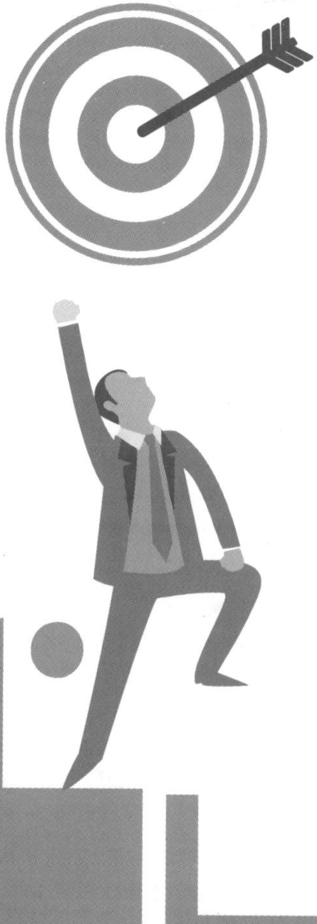

எட்ட இயலும் இலக்குகள்

தடாகம்

எட்ட இயலும் இலக்குகள்

◆ ஆசிரியர்: கா.சிவசுப்ரமணி ஐ.பி.எஸ், ◆ உரிமை: ஆசிரியருக்கு ◆

முதற்பதிப்பு: ஜனவரி 2019 ◆

அட்டை வடிவமைப்பு: எஸ்.காயத்ரி ◆

Etta Iyalum Ilakkugal ◆ Author - K.Sivasubramani I.P.S.,

© Author

 ◆ First Edition - January 2019

Published by

Thadagam, 112, Thiruvalluvar Salai, Thiruvanmiyur, Chennai - 600 041.

Phone : +91-44-4310 0442 +91 - 8939967179

www.thadagam.com ◆ info@thadagam.com

போட்டித் தேர்வுக்கான ஆலோசனை பெற

Nuzhaipulam Institute for Competitive Exams and Skill Development

Phone: +91-7358267952 | 7358267953

www.nuzhaipulam.com ◆ info@nuzhaipulam.com

ISBN : 978-93-88627-02-3

INR : 160.00

தமக்கென முயலா நோன்தாள்
உள்ளம் படைத்த
வாழும் தமிழ் பெரியார்
அய்யா வே. ஆனைமுத்து
அவர்களுக்கு இந்நூல்
சமர்ப்பணம்

CONTENTS / உள்ளடக்கம்

1. அணிந்துரை — 07
2. முன்னுரை — 21
3. எனது கருத்து — 23
4. UPSC தேர்வுகள் — 29
    i. Civil Services Examination
        a. Indian Administrative Service — 32
        b. Indian Foreign Service — 33
        c. Indian Police Service — 34
        d. Indian Post & Telecommunication Accounts and Finance Service — 36
        e. Indian Audit and Accounts Service — 36
        f. Indian Revenue Service — 37
        g. Indian Defence Accounts Service — 38
        h. Indian Ordnance Factories Service — 38
        i. Indian Postal Service — 39
        j. Indian Civil Accounts Service — 39
        k. Indian Railway Accounts Service — 40
           Indian Railway Personnel Service — 40
           Indian Railway Traffic Service — 40
        l. Post of Assistant Security Commissioner in Railway Protection Force — 41
        m. Indian Defence Estates Service — 41
        n. Indian Information Service — 42
        o. Indian Trade Service — 43
        p. Indian Corporate Law Service — 44
        q. Armed Forces Headquarters Civil Services — 45
        r. DANICS, DANIPS — 45
        s. Pondicherry Civil Service and Police Service — 46
    ii. Indian Forest Service Examination — 52
    iii. Indian Engineering Services Examination — 55
    iv. Indian Economic Service & Indian Statistical Service — 58

v.	Combined Geo-Scientists and Geologists Examination	60
vi.	Central Armed Police Force (AC) Examination	62
vii.	Combined Service Examination	64
viii.	Combined Defence Services Examination	66
ix.	National Defence Academy and Naval Academy Examination	68
x.	Special Class Railway Apprentices (SCRA) Examination	72

5. SSC தேர்வுகள் — 73

   i. Combined Higher Secondary Level Examination — 75
   ii. Combined Graduate Level Examination — 77
   iii. Sub-Inspectors in Delhi Police, CAPF and Assistant Sub-Inspectors in CISF Examinations — 80
   iv. Junior Engineer (Civil, Mechanical, Electrical and Quantity Surveying & Contact) Examination — 83
   v. Scientific Assistants in India Meteorological Department — 85
   vi. Stenographers (Grade C & D) Examination — 86

6. Banking Recruitment தேர்வுகள் — 88

   i. SBI (State Bank of India) PO (Probationary Officer) — 91
   ii. IBPS - SO (Specialist Officer) — 92
   iii. IBPS-RRB (Regional Rural Bank) — 94
   iv. IBPS - Clerical — 96
   v. Reserve Bank of India — 97

7. Intelligence Bureau (IB) ACIO — 100

8. LIC AAO (Assistant Administrative Officer) — 102

9. RRB தேர்வுகள் — 104
   i. Non-Technical Popular Category (NTPC) — 105
   ii. Technical posts — 107

10. INDIAN ARMY		109
11. INDIAN AIR FORCE		113
12. INDIAN NAVY		115
13. TNUSRB தேர்வுகள்		117

    i. Sub-Inspector of Police (Finger Print) — 117
    ii. Sub-Inspector (Technical) — 119
    iii. Sub-Inspector of Police — 120
    iv. Grade-II - Police Constable, Jail Wardens, Firemen — 123

14. TNPSC தேர்வுகள் — 125

    i. Combined Civil Services Exam. – 1 (Group 1) — 125
    ii. Combined Civil Services Exam. – 2 (Group 2) — 128
    iii. Combined Civil Services Exam. – 2 (Group 2A) — 131
    iv. Combined Civil Services Exam. – 4 (Group 4) — 133
    v. Executive Officer, Grade I — 134
    vi. Civil Judge in the Tamil Nadu State Judicial Service — 136
    vii. Combined Engineering Service — 139
    viii. Assistant Commissioner of Labour Service — 141

Book List for Central Government Examinations — 143

Book List for State Government Examinations — 144

முடிவுரை — 149

ஆசிரியர் குறிப்பு — 151

அணிந்துரை

டாக்டர். ஜெ. லோகநாதன் I.P.S.,

முதலில் திரு. சிவசுப்ரமணி, ஐ.பி.எஸ்., அவர்களின் இந்த முயற்சியை மனதார பாராட்டுகிறேன். நம் எல்லோரிடமும் உள்ள தயக்கமான எண்ணத்தால் இதை செய்ய முடியுமா? அதற்கு எல்லாம் ஆங்கில வழிக் கல்வியும், தனியார் பள்ளிகளிலும் படித்திருக்க வேண்டும் போன்ற கேள்விகளுக்கு, ஒரே பதில் 'உன்னால் முடியும்; நீ முயற்சியுடன் முயன்றால் முடியாதது இவ்வுலகில் இல்லை' என்பதை சொல்ல விரும்புகிறேன். திரு. சிவசுப்ரமணி, ஐ.பி.எஸ்., இந்நூல் ஆசிரியரின் வாழ்க்கையையே எடுத்துக் கொள்ளுங்கள். பத்தாம் வகுப்பு முடித்து, ஐ.டி.ஐ. படித்து, பின்னாளில் தனி வழியாக +2 மற்றும் பட்டப்படிப்பு படித்து முயற்சி ஒன்றையே மூலதனமாக வைத்து முயன்று வாழ்க்கையில் இந்த அளவிற்கு உயர்நிலையை அடைந்திருக்கிறார். எனவே, முடியுமா? என்ற சிந்தனையுடன் நில்லாமல் உடன் காரியத்தில் இறங்கி சாதனை செய்ய வாருங்கள்.

தேர்வு என்றாலே முதலில் நமக்கு தமிழ்நாட்டில் நடைபெறும் தேர்வை மட்டுமே தேர்ந்தெடுத்து எழுதி, பலமான போட்டிகளில் பங்கு பெற்று வெற்றி பெற்று இங்கேயே பணி புரிய வேண்டும் என்ற மன நிலை உள்ளது. அதிலும் தமிழக அரசின் தேர்வை மட்டுமே எழுதும் எண்ணமும் நம்மிடம் உள்ளது. இந்த நிலையிலிருந்து மாறி, மத்திய அரசால் நடத்தப்படும் குடிமையியல் பணி தேர்வானாலும் சரி, Group B மற்றும் இதர தேர்வுகளிலும் பங்கு பெற்று வெற்றி பெற வேண்டும் என்ற மனநிலை மாணவர்களிடையே வளர வேண்டும். மத்திய அரசின்

அலுவலகங்கள் எல்லா மாநிலங்களிலும் உள்ளதுபோல் தமிழகத்திலும் உள்ளது. ஆனால், இங்கு மற்ற மாநிலங்களை சேர்ந்தவர்கள் தான் அதிகம் வேலை செய்கிறார்கள். இந்த நிலை மாற தமிழக அரசால் நடத்தப்படும் தேர்வுகளைத் தவிர மத்திய அரசின் மூலம் நடத்தப்படும் SSC, Railways Recruitment Board, IES போன்ற மற்ற தேர்வுகளை எதிர்கொள்ள இந்த கையேடு ஒரு வழிகாட்டியாக அமையும் என்பதில் எவ்வித ஐயமுமில்லை. தமிழ்நாட்டில் பட்டப்படிப்புகள், முதுநிலை பட்டப் படிப்புகள், பொறியியல் படிப்புகள் என ஏராளமானவைகள் இருக்கின்றன. ஆனால் இவர்கள் என்ன வேலை செய்கிறார்கள், எதற்கு தங்களை தயார்படுத்துகிறார்கள் என்ற ஒரு தெளிவான பதிலை நம்மால் சொல்ல முடியாத சூழல் உள்ளது.

நாம் நம் மாநிலம் என்ற எல்லைக் கோட்டுக்குள்ளேயே இருப்பதால் எவ்வித பயனும் இல்லை. எல்லைகளைத் தாண்டி, நமக்கு பிடித்த சுகமான சூழல் என்ற எண்ணத்தை மாற்றி, 'யாதும் ஊரே யாவரும் கேளீர்' என்ற உயர்ந்த விரிந்த எண்ணத்தின் அடிப்படையில் மத்திய அரசால் நடத்தப்படும் தேர்வுகளிலும் நாம் கலந்து கொண்டால் நிச்சயம் நம் மாணவர்களின் நிலை மாறும். மற்ற மாநில மாணவர்களைக் காட்டிலும், நம் மாநில மாணவர்களின் நிலை, தகுதி மிக உயர்ந்த நிலையில் தான் உள்ளது. இருப்பினும் நம்மிடையே உள்ள ஒரு தயக்கம், ஊரை விட்டு ஏன் செல்ல வேண்டும் என்ற ஒரு கேள்வி, மாணவர்களை கட்டிப் போடுகிறதோ? என்ற எண்ணத்தை ஏற்படுத்துகிறது.

எண்ணித் துணிக கருமம் துணிந்தபின்
எண்ணுவம் என்ப திழுக்கு.

என்பதுபோல, இந்நூலாசிரியரின் கருத்துக்கு ஏற்ப, ஒரு குறுகிய வட்டத்திற்குள் நம்மை சுருக்கிக் கொள்ளாமல், இந்தியா என்ற பரந்த நம் தேசத்தில், மத்திய அரசால் நடத்தப்படும் தேர்வுகளிலும் நாம் பங்கு பெற்று வெற்றி பெற்று நம் நாட்டின் வளர்ச்சிக்கு நம்மால் செய்ய முடிந்த நல்ல காரியங்களை செய்ய இந்நூல் உதவும் எனக் கூறி அனைவரையும் வாழ்த்தி இந்த வாய்ப்பை அளித்த இந்நூலின் ஆசிரியர் திரு. சிவசுப்ரமணி, I.P.S., அவர்களுக்கு நன்றியினை தெரிவித்துக் கொள்கிறேன்.

நன்றி வணக்கம்.

ச. ராம்குமார் I.F.S.,

சற்று திரும்பி பார்க்கிறேன். சுமார் பன்னிரண்டு வருடங்களுக்கு முன்பாக நான் குடிமைப் பணி தேர்வுகளுக்கு தயார்செய்த தருணம். அப்போதெல்லாம் என்னை போன்றோருக்கு வழிகாட்ட வெகுவாரியான புத்தகங்களோ அல்லது அமைப்புக்களோ இல்லை. ஒவ்வொரு தேர்வு பற்றியும் அதற்காக தயார்செய்யும் முறையும் அணுகுமுறைகளும் தெரிந்து கொள்வதே பெரும் போராட்டமாக இருக்கும். சொல்லப்போனால், பெரும்பான்மையினருக்கு எத்தனை போட்டி தேர்வுகள் இருக்கிறது, அதில் எதனை நாம் எழுத முடியும் என்பதே தெரியாது என்றால் அது மிகையாகாது. அனைவருக்கும் தெரிந்த போட்டி தேர்வுகள் என்றால் அது குடிமைப் பணி தேர்வு, மாநில தேர்வு, வங்கித் தேர்வு அவ்வளவே. இந்த தகவல் இன்மையால், பல மாணவர்கள், ஓரிரு தேர்வில் வெற்றி அடையாவிட்டால், வாழ்க்கையே இழந்துவிட்டதாக எண்ணி வேதனை அடைவர். மாணவர்கள் அனைவரும் திறமையுடையவர்களே, சிலர் சரியான வழிகாட்டுதலாலும் தேர்வுகள் பற்றிய விழிப்புணர்வாலும் வெற்றி அடைகின்றனர். ஆனால் பலர் சரியான புரிதலும் வழிகாட்டுதலும்

இன்மையால் தோல்வி அடைகின்றனர். ஆகவே தகவல் மிக முக்கியமானது, இன்றியமையாதது. அதுவும் தகவல் அனைத்து மட்ட மக்களுக்கும் உரிய வடிவில், புரியும் விதமாக படைத்தளிக்கவேண்டும். இதைத்தான் நம் அன்பர் திரு. கா.சிவசுப்ரமணி திறம்பட செய்து முடித்திருக்கின்றார்.

இந்த புத்தகம் அளவில் சிறிய வடிவமாக இருக்கலாம் ஆனால் இதில் திரட்டப்பட்டுள்ள செய்தி, குறிப்புகள் மிக முக்கியமான தகவல் களஞ்சியம். ஆம் இது ஒரு தகவல் களஞ்சியமே . போட்டித் தேர்வுக்கு தயார் செய்து கொண்டிருக்கும் மற்றும் போட்டித் தேர்வு எழுத எண்ணும் அனைத்து மாணவ மாணவியருக்கும் இந்த புத்தகம் ஒரு இன்றியமையாத வழிகாட்டியாக இருக்கும். நண்பர் சிவசுப்ரமணி அவர்கள், மிகுந்த முயற்சி செய்து மாநில அளவில் மற்றும் இந்திய அளவில் நடைபெறும் அனைத்து வகையான போட்டி தேர்வுகளை பற்றியும், தேர்வு செய்யப்படும் முறை, தகுதி மற்றும் அதற்கான பாடப்புத்தகங்கள் என அனைத்து கூறுகளையும் மிக தெளிவாக தொகுத்து வழங்கியுள்ளார். போட்டி தேர்வு எழுதியவன் என்கிற முறையில், என்னால் இந்த படைப்பிற்காக நண்பர் சிவா எவ்வளவு சிரமப்பட்டு இத்தகைய தகவல்களஞ்சியத்தை படைத்திருப்பார் என்று உணரமுடிகிறது. ஒவ்வொரு தேர்வு பற்றியும் மிக தெளிவாக மிக விரிவாக குறிப்பிட்டது மட்டுமல்லாமல் தேர்வு எழுதுவதற்கான படிப்பு தகுதி, வயது வரம்பு, தேர்வு முறை மற்றும் தேர்வு நிலை, அதன் முக்கியத்தன்மை மற்றும் தேர்வுக்கு படிக்கவேண்டிய பாடப்புத்தகங்கள் என அனைத்து கூறுகளையும் மிக தெளிவாக சாமானியரும் புரிந்து கொள்ளும் பொருட்டு எளிய தமிழ் நடையில் படைத்துள்ளார். மேலும் அனைவருக்கும் தெரிந்த போட்டி தேர்வுகள் மட்டும் இன்றி நடைமுறையில் உள்ள அனைத்து தேர்வுகளை பற்றியும், அதாவது Civil மற்றும் Defence தேர்வுகள் என ஒவ்வொரு தேர்வைப்பற்றியும் விலாவரியாக பட்டியலிட்டு உள்ளதை பார்க்கும் போது நண்பர் சிவா இந்த புத்தகத்தை படைக்க எவ்வளவு மெனக்கெடல் பட்டிருக்கிறார் என்று தெளிவாக தெரிகிறது. இதற்கு காரணம் எந்த ஒரு மாணவனும் அவனுடைய எதிர்காலத்தை தகவல் இன்மையால் இழந்துவிடக்கூடாது என்பதுதான். முன்னர் கூறியது போல, இன்று தகவல் இன்றியமையாதது. தகவல் உடையவன்

முன்னேறுகிறான், தகவல் இன்மையால் பலர் எவ்வழி செல்லவேண்டும் என்ற புரிதல் இல்லாமல் தங்களது எதிர்கால கனவையடைய வழிதெரியாமல் தடுமாறிக்கொண்டிருக்கின்றார்கள். எனவே நண்பர் சிவாவின் இந்த புத்தகம் மாணவர்களுக்கு ஒரு வழிகாட்டியாக மற்றும் ஒரு தகவல் களஞ்சியமாக இருந்து அவர்களை வழிநடத்தும் என்பதில் எந்த ஐயமும் இல்லை.

இந்த புத்தகத்தை நண்பர் சிவா ஏன் எழுதினார் என்றும் நான் குறிப்பிட விரும்புகின்றேன். நண்பர் சிவா இன்று ஒரு காவல்துறை உயரதிகாரியாக ஒடிசா மாநிலத்தில் செம்மையாக சேவைசெய்து வந்துகொண்டிருக்கின்றார். ஆனால் அவர் இந்த நிலைக்கு வர கடந்து வந்த பாதைகள் எளிதானவை அல்ல. வாழ்க்கையில் அவர் எதிர்கொண்ட போராட்டங்களும் தடைகளும் சாதாரணமானவை அல்ல. வாழ்வின் ஒவ்வொரு நிலையிலும் போராட்டங்களே. குடும்ப சூழ்நிலை காரணமாக இளவயதிலே வேலைக்கு செல்ல நேர்ந்தாலும், சிவா அவர்கள் தனது விடாமுயற்சியால் தொலைத்தூரக் கல்வியின் மூலம் பட்டம் பெற்று குடிமைபணி தேர்வில் போட்டி இட்டு வெற்றி பெற்றார். அந்த ஏழு ஆண்டுகால இடைவெளியில், நண்பர் சிவா எண்ணற்ற போட்டித் தேர்வுகளை எழுதினார். அவ்வாறு பல போட்டி தேர்வுகளை எழுதியதில் பெற்ற தகவல்கள் மற்றும் அனுபவம் தேர்வுக்கு தயாராகும் முறை என்ற அனைத்தும் அவருக்கு இந்த புத்தகத்தை எழுத உதவியுள்ளது. பலரும் இப்படி பட்ட புத்தகத்தை படைக்கலாம் என்றாலும், சிவா அவர்களின் நீண்ட அனுபவம் மற்றும் பல போட்டி தேர்வுகளை எழுதிய காரணத்தின்பால், இந்த படைப்பு மற்ற புத்தகங்களை விட தனித்துவம் பெற்றதாகவே நான் கருதுகிறேன். அடுத்து நண்பர் சிவா படைத்திருக்கும் முறை குறிப்பிடத்தக்கது. தமிழ் புத்தகம் தானே என்று போட்டி தேர்வுகளை பற்றி அனைத்து செய்திகளையும் தமிழில் கொடுக்காமல், ஆங்கிலம் கலந்த தமிழில் தொகுத்திருப்பது பாராட்டுக்குரியது. காரணம் பல தேர்வு குறிப்புகள் ஆங்கிலத்தில் அறியப்பட்டவையே என்பதால் மொழி நடை அனைவராலும் ஏற்றுக்கொள்ளும்படியாகவும் புரிந்து கொள்ளும் வகையாகவும் படைக்கப் பெற்றுள்ளது. கடைசியாக படைப்பு வெளியிடப்படும் சூழல். இன்று பல்லாயிரகணக்கான மாணவ செல்வங்கள் போட்டித் தேர்வுகளை எழுதுகின்றனர். பலரின் நோக்கம்

ஒரு குறிப்பிட்ட போட்டித் தேர்வில் வெற்றி அடைவதுவே. ஆனால் பல போட்டி தேர்விற்கு தகுதியும், பாட நூல்களும் ஒன்று தான் என்பதும் ஒரு போட்டித் தேர்விற்கு முயற்சி செய்து கொண்டே மற்ற தேர்வுகளையும் எழுத முடியும் என்பதும் தெரியாது. அந்த தகவலின்மையை நண்பர் சிவாவின் இந்த புத்தகம் பல போட்டி தேர்வுகளை ஒப்பிட்டு தொகுக்கப்பட்டதன் மூலம் தெளிவுபடுத்தியிருக்கிறார். இதன் மூலம் மாணவர்களின் தேர்வுகள் நோக்கிய பார்வை விரிவடைந்து பலதரப்பட்ட போட்டித் தேர்வுகள் எழுத வித்திடும்.

எனவே நண்பர் சிவாவின் இந்த ஆக்கப்பூர்வமான படைப்பு, எண்ணற்ற மாணவ செல்வங்களுக்கு பெரும் உறுதுணையாக இருந்து அவர்களை எந்த விதமான ஐயப்பாடும் இன்றி தன்னம்பிக்கையோடு போட்டித் தேர்வுகளை எதிர்கொள்ள தயார்படுத்தும் என்று மிகஉறுதியுடன் சொல்ல முடியும். தன் பணிச்சுமைக்கிடையிலும் மாணவ செல்வங்களுக்காக அவர்களுக்கு ஒரு சிறந்த வழிகாட்டியாக இந்த தகவல் களஞ்சியத்தை படைத்த நண்பர் சிவசுப்ரமணி அவர்களுக்கு பாராட்டுதல்களை உரித்தாக்குகிறேன்.

நன்றி வணக்கம்.

சங்கர் கணேஷ் கருப்பையா, I.R.S

தான் பெற்ற இன்பம் பெறவில்லை இன்றைய தமிழக இளைஞர்கள் என்ற ஆதங்கம் கொண்டவர் இந்நூலின் ஆசிரியர். சுய முயற்சியால் பல்வேறு தேர்வுகளை எழுதி அதில் வெற்றி தோல்விகளைச் சந்தித்தவர். இறுதியாக உறுதியாக வெற்றிக் கனியைத் தொட்டு இந்திய காவல் பணியில் அமர்ந்துள்ளார். ஆசிரியர், தனது ஆதங்கம் மற்றும் அனுபவத்தின் வெளிப்பாடாக இந்நூலை ஆக்கித் தந்திருக்கிறார்.

தமிழகத்தைச் சேர்ந்தவர்கள் மத்தியப் பணிகளுக்கு அதிகமாகத் தேர்வு பெறுவதில்லை என்பதே அவரது ஆதங்கம் ஆகும். அதற்கு முக்கியக் காரணங்களாக அவர் முன் வைப்பவை 1. மத்திய பணிகளைப் பற்றியும் அதற்கான தேர்வுகளைப் பற்றியும்

போதுமான விழிப்புணர்வு இல்லாமை மற்றும் 2. வெளி மாநிலங்களில் சென்று பணி செய்யத் தயாராக இல்லாத மனப்பாங்கு. இதற்குத் தீர்வு காண, அவர் இப்புத்தகத்தில் மத்திய மாநிலப் பணிகள், அவற்றிற்கான தேர்வுகள், தகுதிகள், வயது வரம்பு போன்ற தகவல்களைத் தொகுத்து வழங்கியுள்ளார். அதோடு நில்லாமல், திரைகடல் ஓடியும் திரவியம் தேடிய வரலாற்றுப் பின்புலத்தையும், யாதும் ஊரே யாவரும் கேளிர் என்ற வாழ்க்கைத் தத்துவத்தையும் எடுத்துக் கூறி வெளி மாநிலம் சென்று பணியாற்றல் இயல்பானதே, தயங்குவதுதான் நம் இயல்புக்கு முரணானது என எடுத்துக் கூறி உந்துதல் அளிக்கிறார்.

இருளினை சபிப்பதைவிட ஒரு விளக்கேற்றுவது மேல் என்பர். அத்தகையதொரு செயலை செய்துள்ள, ஆசிரியரின் முயற்சி வெற்றி பெறட்டும். இம்மாநிலம் பயன் பெறட்டும்.

ஏ.இரமேஷ் IRS (Ex)
இயக்குநர், நுழைபுலம் போட்டித் தேர்வு மற்றும்
திறனூக்க பயிற்சி மையம்

ஏதாவது ஒரு அரசு வேலைக்குப் போய்விட வேண்டும் என்பது படித்த நடுத்தர மற்றும் ஏழை மாணவர்களின் கனவு. பலருக்கும் இது கனவாகிப் போக, ஒரு சிலர் அதை நினைவாக்குவதற்கான சிறு முயற்சியை மேற்கொண்டு பின்வாங்கிவிடுகின்றனர். வெகு சிலரே தொடர் முயற்சிக்கும், ஓயாத உழைப்பிற்கும் பின் ஏதாவது ஒரு வேலையில் அமருகின்றனர். போட்டித் தேர்வை எழுதுபவர்களின் எண்ணிக்கையும், திறனும் நாளுக்கு நாள் அதிகரித்துக் கொண்டேயுள்ளது. நகர்புற மாணவர்கள் இத்தேர்வை எழுதுவதற்குக் காட்டும் முனைப்பு கிராமப்புற மாணவர்களின் வாய்ப்பை மேலும் கடினமாக்குகின்றது. இத்தகையச் சூழல் போட்டித் தேர்வை எழுத நினைக்கும் மாணவர்களை பயத்திற்கும் நம்பிக்கையின்மைக்கும் ஆட்படுத்தி அவர்களை மேலும் முயலாமல் தடுக்கின்றது. இவ்வாறான காலகட்டத்தில் இளம் I.P.S., அதிகாரி திரு. கா.சிவசுப்ரமணி அவர்களின் 'எட்ட இயலும் இலக்குகள்' என்ற இந்த அனுபவக் கையேடு பலருக்கும் ஓர் நம்பிக்கையூக்கியாக மட்டுமன்றி பல மாணவர்களின் இலக்கையடையும் முயற்சியை ஏதுவாக்கும் என்பது என் கருத்து.

புற்றீசல் போல மூலை முடுக்கெல்லாம் போட்டித் தேர்வு மையங்கள் ஏற்பட்டு தேர்வெழுதா மற்றும் கள அனுபவமில்லா பலர் வியாபார யுத்தியால் மாணவர்களை ஈர்த்து பேரளவில் பணம் செய்து, மாணவர்களின் திறனில் எந்த மாற்றத்தையும் ஏற்படுத்தாது விட்டுச் செல்லும் சூழலில், கடினமான சூழலில் வெற்றியடைந்த தன் சொந்த அனுபவத்தை ஒளிவு மறைவின்றி உண்மையாய் உரைத்து மாணவர்களுக்கு, குறிப்பாக ஏழை மற்றும் கிராமப்புற மாணவர்களின் தயக்கத்தைப் போக்கும் வகையில் தகவல்களைத் திரட்டிக் கொடுத்துள்ள இவரின் முயற்சியும் பணியும் மிகப் பாராட்டுக்குரியது. வேலை ப்பளுவிற்கு இடையிலும் முயன்று உருவாக்கியுள்ள இவ்வனுபவக் கையேடு, திரு. சிவசுப்ரமணி அவர்களின் சமூக அக்கறையைக் காட்டுகின்றது. ஏதோ படித்தோம், நல்ல வேலையில் அமர்ந்தோம், தானும், தன் குடும்பமும் சுகம் பெற்றோம் என பலர் இருக்கும் இக்கால கட்டத்தில், ஒரு சிலரின் இவ்வகை முயற்சி, மாணவர்களாலும், சமூகத்தாலும் நன்றியோடு வரவேற்கப்படும்.

மாணவர்கள் இக்கையேட்டை, சிரத்தையுடன் முதற்பக்கம் முதல் கடைசி அட்டை வரை படித்து, தம்மாலும் இயலும் என்ற எண்ணப்போக்கைப் பெற்று, பின் எண்ணிலா வேலைகள் மற்றும் அதன் தன்மையறிந்து, தனக்கு மனமுவந்த துறையில் அதிக கவனம் செலுத்தி தகுந்த வேலையைப் பெறுதலே இவரின் முயற்சிக்கு நாம் செலுத்தும் நன்றியாக இருக்கும்.

தமிழர்களாகிய நாம் எவருக்கும் சளைத்தவர்கள் அல்லர் என்ற ஆசிரியரின் கூற்றை உண்மையாக்க அனைவரும் முயல்வோம். வெற்றியடைவோம்.

முனைவர்.**ப.சுரேஷ்குமார்,**
இயக்குனர், அழகப்பா பல்கலைக்கழகத்
தன்னார்வ பயிலும் வட்டம், காரைக்குடி.
(முன்னாள் வேலைவாய்ப்புத் துறையில்
பணியாற்றி ஒய்வு பெற்ற அலுவலர்]

முயற்சிகளை மேற்கொள்வது கடினமான செயல் என்பதல்ல உண்மை. நாம் முயற்சிப்பதே இல்லை என்பதாலேயே நம்மை சுற்றி நிகழும் அனைத்தும் நமக்கு கடினமாகத் தோன்றுகின்றது. நாம் சூழ்நிலைகளால் உருவாக்கப்பட்டவர்கள் அல்லர். நாம் சூழ்நிலைகளை உருவாக்குபவர்கள். சட்டங்களும், வழிகாட்டும் நெறி முறைகளும் கற்பவரின் பயணத்தை நெடிய பயணமாக்குகின்றது. ஆனால் சாதனையாளர்களாக வாழ்ந்து காட்டுபவர்களின் முன்னுதாரணம் உடனடியாக அனைவரின் மனதில் எளிதாக ஆக்கப்பூர்வமான தாக்கத்தை ஏற்படுத்துகின்றது. எந்த மாற்றத்தை சமுதாயத்தில் உருவாக்க வேண்டும் என ஒருவர் எண்ணுகின்றாரோ அவரே அத்தகைய மாற்றத்திற்கு முன் உதாரணமாக இருக்க வேண்டும் என்று அண்ணல் காந்தி அடிகள் கூறுகின்றார். அத்தகைய முன்னுதாரணமாக திகழ்பவர்தான் இந்நூலின் ஆசிரியர் திரு. கா. சிவசுப்ரமணி ஐ.பி.எஸ். அவர்கள்.

நாம் வாழும் உலகம் தகவல் உலகம். தகவல் என்பதை அவரவர்களின் தேவைக்கேற்ப சேகரித்துக் கொள்வது என்பது ஓரளவிற்கு இன்றைய சூழலில் எளிதில் சாத்தியமாகக் கூடிய ஒன்றாகும். ஆனால் தகவல்களை சேகரிப்பது அரிதான காலத்தில் எந்தவித பின்புலமும் இல்லாத சூழலில் தன்முனைப்பு குறையாமல் உரிய தகவல்களை உள்வாங்கி தன்மயமாக்கி வாழ்க்கையில் உயரிய நிலையை அடைவது என்பது எளிதில் சாத்தியமாகக் கூடிய ஒன்றல்ல. சொல், செயல், சிந்தனை ஆகியவற்றை தன்னுள் ஒருமுகப்படுத்தி தான்பெற்ற இன்பம் வையகத்தில் வாழும் இளைய சமுதாயம் குறிப்பாக 'தமிழக மாணவ சமுதாயம்' பெற வேண்டும் என்ற உயர்ந்த எண்ணம் கொண்ட இந்நூலாசிரியரின் விசாலப் பார்வையின் வெளிப்பாடே இந்த நூலாகும்.

தோல்விகள் தொடர்ந்து வந்த போதிலும் அவற்றை உற்சாகம் குறையாமல் எதிர் கொண்டு தானே வெற்றிப்பாதையை ஏற்படுத்திக் கொண்டு பயணித்த ஒருவர்தான் போட்டித்தேர்வுகளுக்கு தயாராவது எப்படி? என்பதை இந்நூல் மூலம் வெளிப்படுத்தியுள்ளார் என்பது தான் இதன் சிறப்பு. தன்மீது நம்பிக்கை இல்லாதவன் கடவுள் மீது நம்பிக்கை கொள்வது சாத்தியமில்லை என்பது சுவாமி விவேகானந்தரின் கூற்று. முயற்சியே மூலதனம் என்பதை இந்நூலின் ஆசிரியர் வலியுறுத்துகின்றார். தனியார்துறையில் வேலை, சுயதொழில்மூலம் வருவாய் ஈட்டும் முயற்சி, அரசு வேலைகள் பலவற்றை எழுதி வெற்றி காணுதல் என்று அனைத்து முயற்சிகளையும் ஒருவரால் மேற்கொண்டு வெற்றி பெற முடியும். குடும்பச் சூழல், பொருளாதார ஆதாரம் போன்றவை ஒருவரின் வளர்ச்சியை தடைசெய்ய முடியாது என்பதற்கு முன் உதாரணமாகத் திகழ்பவர் இந்நூலாசிரியர் ஆவார்.

நான் ஒரு நாளிதழில் படித்த சில வரிகள் என் நினைவலைகளில் நிழலாடுகிறது.

"ஒலி வழியே மொழி
மொழி வழியே அறிவு
அறிவு வழியே ஆற்றல்
ஆற்றலின் வழியே மேண்மை
மேண்மையின் வழியே மேம்பாடு"

மனிதன் சொல்லால் ஆனவன். வாழ்வு சொல்லால் ஆனது. உதடு சொல்மயமானது. சொல் இல்லையேல் அறிவு இல்லை. சொல் இல்லையேல் அறிவை மற்றொரு தலைமுறைக்கு எடுத்து சொல்ல முடியாது. சொல்லால் தான் இந்த உலகம் நிலை கொள்கின்றது என்பதை தனது எழுத்தின் மூலமும், தான் முன் உதாரணமாக வாழ்வதன் மூலமும் இளைஞர்களின் மனதில் நம்பிக்கை ஒளியை ஏற்றி தகவல்களை உள்வாங்கிக் கொண்டு பயணத்தைத் தொடர இளைஞர்களை அழைக்கும் ஒரு முயற்சியே இந்த நூல்.

பல்வேறு அரசுத்தேர்வுகளை எவ்வாறு எதிர்கொள்வது என்பது குறித்த தகவல்களை இந்த நூலில் தொகுத்து சிறப்பு முயற்சி எடுத்து இளைஞர் சமுதாயத்திற்கு பயன்படும் வகையில் இந்நூல் வடிவமைக்கப்பட்டுள்ளது. எத்தகைய நூல்கள் மற்றும் மாத இதழ்கள், இணைய தளங்களை பயன்படுத்தி போட்டி தேர்வுகளுக்கு தயாராகலாம் என்பது குறித்தும் தெளிவான தகவல்கள் இந்நூலில் அளிக்கப்பட்டுள்ளது.

ஆசிரியர் குறிப்பிடும் போது இந்நூலை ஒரு வழிகாட்டி கையேடு என்று குறிப்பிட்டுள்ளதை இளைஞர்கள் மனதில் கொள்ளவேண்டும். வானத்தில் உதிக்கும் நிலவை விரலை நீட்டி காண்பிக்கும் போது நிலவை காண விரும்பிகின்றவர் விரலை கவனிக்கக் கூடாது. விரல் நீட்டபட்ட திசையில் கவனித்தால் நிலவு கண்களுக்கு புலப்படும். சென்னைக்கு செல்லும் வழியை காட்டும் திசைக்காட்டி சென்னை அல்ல. பாதையில் பயணிக்க வேண்டிய பொறுப்பு அவரவரை சார்ந்ததே ஆகும். ‘தன்னறிவில் நிற்பதே தவம்‘ என்பதை இளைஞர்கள் அவரவரின் உளப்பாங்கிற்கு ஏற்றவாறு உள் வாங்கிக் கொண்டு பயன்பெற வேண்டும் என்பதே

திரு.கா.சிவசுப்ரமணி ஐ.பி.எஸ். அவர்களின் நோக்கம். அவரது சிறப்பான முயற்சியை பாராட்டி அவர் பணியாற்றும் ஓடிஷா மாநிலத்தில் அவருக்கு கிடைத்திருக்கும் அங்கீகாரத்தையும் இளைஞர்கள் மனதில் உள் வாங்கிக் கொள்ள வேண்டும். நூலாசிரியரின் முயற்சிகளுக்கு எனது நல்வாழ்த்துக்கள். இளைஞர்கள் அனைவரும் இந்நூலை பயின்று வாழ்க்கையில் உயர என் வாழ்த்துக்களை தெரிவித்துக் கொள்கின்றேன்.

முன்னுரை

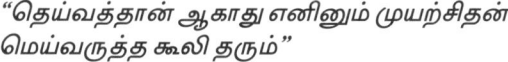

"தெய்வத்தான் ஆகாது எனினும் முயற்சிதன்
மெய்வருத்த கூலி தரும்"

எனும் வள்ளுவனின் வாக்கை முழுமையாக நம்புகின்றவன் நான். இந்திய நாட்டில் என்னென்ன போட்டித் தேர்வுகள் நடத்தப்படுகின்றன என்பதையும், அப்போட்டித் தேர்வுகள் அனைத்திற்கும் நாம் நம்மை எப்படி தயார்படுத்திக் கொள்ள வேண்டும் என்பதற்காகவும் எடுக்கப்பட்ட ஒருசிறு முயற்சியின் வெளிப்பாடே இப்புத்தகமாகும். தமிழ்நாட்டில் தமிழக அரசால் நடத்தப்படும் போட்டித் தேர்வுகளும் இப்புத்தகத்தில் அடக்கமாகும். இப்புத்தகத்தையும் தாண்டி அநேக செய்திகளை சேகரித்து உங்களை நீங்கள் தயார்படுத்திக் கொள்ள வேண்டும்.

நான் போட்டித் தேர்வுகளுக்கு என்னை தயார்படுத்திக் கொண்ட காலங்களில் (2002-2009), பின் கொடுக்க போகும் செய்திகளை சேகரிக்கபல நாட்கள் எடுத்துக்கொண்டேன். எல்லா தேர்வுகளுக்குமான நுணுக்கங்கள் எளிதில் கிடைக்கவில்லை. ஒவ்வொரு தேர்விற்கும் விண்ணப்பித்து, தேர்வு எழுதி, அந்த அனுபவங்களின் மூலம்

அத்தேர்வுகளை வெற்றி கொள்ள வழிமுறைகளை கண்டறிந்தேன். எனவே எந்த ஒரு தேர்வுக்கும் நாம் முதலில் தெரிந்து கொள்ள வேண்டியது, தேர்வின் முறை, பாடதிட்டங்கள், தகுதி போன்றனவாகும். அதற்கு அப்போட்டித் தேர்வு வெளியாகும் Government Notification மிக முக்கியமானது. அதில் உள்ள அனைத்து விவரங்களையும் மிக நுணுக்கமாக அறிந்து கொண்டு, அதற்கு ஏற்றாற்போல் நம்மைத் தயார்படுத்திக் கொண்டால் நிச்சயம் கடவுள் கைவிட்டாலும், நீங்கள் உழைத்த உங்கள் உழைப்பு அதற்கான பலனைத்தரும்.

அதற்கு உதவும் வகையில் ஒவ்வொரு Commission / Board-ன் Website Address-ஐ இப்புத்தகத்தில் தந்துள்ளேன். Online/Internet-ல் சென்று மேற்சொன்ன Government Notification- ஒன்றின் பிரதியை ஒரு வழிகாட்டியாக கையில் வைத்துக் கொண்டு, உங்களை அத்தேர்வுகளுக்கு தயார்படுத்திக் கொள்ளுங்கள். இப்புத்தகத்தில் அனைத்து இந்திய போட்டித் தேர்வுகளுக்கும் எப்படி தயார்படுத்திக் கொள்வது என்பதையும், ஒவ்வொரு பணியும் எப்படி இருக்கும் என்பதையும், அத்தேர்வுக்கான பாடதிட்டத்தையும் (Syllabus), மற்றும் தேர்வு முறையையும் (Scheme of Examination) தெரிவித்துள்ளேன்.

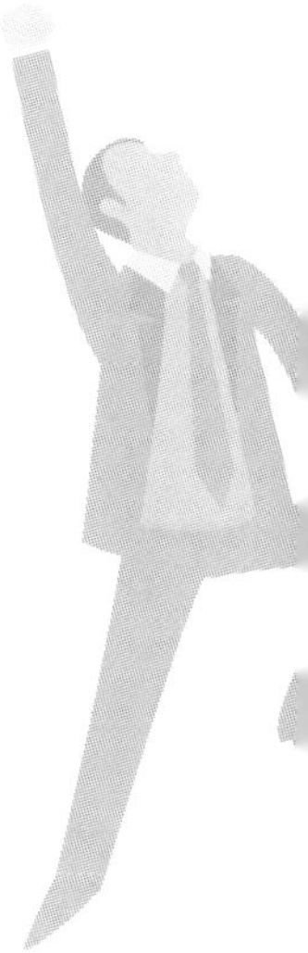

எனது
கருத்து

என்னைப் பொருத்த வரை, தமிழக மாணவர்கள் எந்த போட்டித் தேர்விலும், எவருக்கும் சளைத்தவர்கள் அல்லர். எவருடனும், எந்த சூழ்நிலையிலும் எங்கும் போட்டியிட முடியும் என்பது எனது கருத்து. இது போட்டித் தேர்விற்கு மாத்திரமல்ல, எல்லா போட்டிகளுக்கும் பொருந்தும். உதாரணமாக விளையாட்டுத் துறை, பொருளாதாரம், விஞ்ஞானம், ஆராய்ச்சி, தொழில், நீதி, அரசியல், விவசாயம்... என்பன.

ஆனால் மேற்கண்ட எல்லா துறைகளுக்கும் ஒரு அணுகுமுறை என்று ஒன்று உண்டு. அதில் ஒரு சில தவறுகள் நாம் செய்வதால், சரியான முறையில் தயார்படுத்திக் கொண்டு தேர்ச்சி பெற இயலவில்லை. எல்லாவித திறமைகள் இருந்தும் ஒருவித தாழ்வு மனப்பான்மை நம்மிடையே நிலவுகிறது. இது எங்கிருந்து ஆரம்பித்தது? இதை தமிழராகிய ஒவ்வொருவரும் சிந்திக்க வேண்டும். நிவர்த்திக்கான வழிமுறைகளை வகுக்க வேண்டும்.

தமிழ்நாட்டிலிருந்து வெளியே போக நம்மில் எத்தனை பேருக்கு தைரியமிருக்கின்றது? சொல்லப் போனால் நாமெல்லாம் பெரிதாக நினைத்துக் கொண்டிருக்கின்ற IAS, IFoS, IPS - போன்ற குடிமைப் பணியில் சேரும் நம் தமிழ் மாணவர்களிடத்திலும் இத்தயக்கம் உண்டு.

தமிழ்நாட்டிலேயே Home Cadre வாங்கிக் கொண்டு பணியில் சேர்ந்து விட மாட்டோமா என்ற ஏக்கம். All India Services (IAS, IFoS, IPS)-ல் எவர் எந்த மாநிலத்தில் (Cadre) பணிபுரிய போகிறார்கள் என்பதை விகிதாச்சார ஒதுக்கீடு, அந்த ஆண்டில் அந்தந்த மாநிலத்தில் உள்ள

காலி பணியிடங்கள் மற்றும் பணியில் சேருகின்றவர்களின் விருப்பம் (Option) போன்றவை நிர்ணயிக்கின்றன. அடுத்த மாநிலத்தில் பணி கிடைத்தால் என்ன? இந்தியாவில் எங்கு பணி கிடைத்தாலும் என்ன? ஆனால் அதை விட்டு, மீண்டும் மீண்டும் தேர்வை எதிர்கொள்வது எதற்காக? தமிழ்நாட்டில் வேலையில் அமர்வதற்காகவே. தமிழ்நாட்டில் வேலையில் அமர்ந்து தமிழ் மக்களுக்கு தமிழன் பணி செய்வது பற்றி குற்றம் ஏதும் நான் கூறவில்லை. மறுபடியும் தேர்வு எழுதி Home Cadre வருவதும் ஒரு திறமைதான். ஆனால் அப்படி வர முடியாதவர்கள் மற்ற மாநிலங்களில் பணியில் அமர்வதில் தயக்கம் கொள்கிறார்கள். ஏனெனில் நமக்கு தமிழ், ஆங்கிலம் தவிர எந்த மொழியும் தெரியாது அல்லது ஆங்கிலத்தில் அந்தளவிக்கு நமக்கு புலமை இல்லை என்பதை இது காட்டுகிறது.

ஆனால் இது முற்றிலும் உண்மை அல்ல, என்பதை நாம் ஒத்துக் கொள்ள வேண்டும். ஏனெனில் எண்ணற்ற குடிமைப் பணித்தேர்வில் தேர்ச்சி பெற்ற மாணவர்கள் மற்ற மாநிலங்களில் மிகத் திறமையாக பணியாற்றிக் கொண்டிருக்கிறார்கள். தமிழ்நாட்டு அதிகாரிகள் என்றால் தனி மதிப்பு இருக்கிறது. ஏனெனில் நமது அர்ப்பணிப்புத்தன்மை, நேர்மை மற்றும் தமக்கென முயலா நோன்தாள் என்ற நமது முன்னோரின் அறிவுரை.

நான் சொல்வதில் ஏன் இந்த முரண்பாடு? ஏனெனில் கடலில் ஒரு சில துளி தேன் போலவே இந்த உதாரணங்கள் அமைந்துள்ளன. மிகவும் குறைந்த பேர்கள் மட்டுமே, அதுவும் குடிமைப் பணிக்கு மட்டுமே இந்த ஒரு சில துளிகள் என்ற உதாரணம் பொருந்தும். மற்ற துறைகளில் அதுவும் இல்லை. இதை எண்ணி நாம் வேதனைப்பட வேண்டும். ஏனெனில் நம் வாய்ப்பை மற்றவர்கள் தட்டி போய்க் கொண்டு இருக்கிறார்கள். நம்மை நாம் மேம்படுத்திக் கொள்ள வேண்டும். திறமையானவர்களாக்கிக் கொள்ள வேண்டும். தமிழர் களுக்கு குறிப்பாக தமிழ் மாணவர்களுக்கு நம் முப்பாட்டனார், பாட்ட னார், தாய் தந்தை பட்ட கடின உழைப்பு பற்றி நன்றாகவே தெரியும்.

'திரைகடல் ஓடியும் திரவியம் தேடு' என்ற பொன்மொழிக்கேற்ப நாம் பல நாடுகளுக்குச் சென்று வாணிபம் செய்த மூதாதையரைக் கொண்ட வரலாறு கொண்டது தமிழகம். அதையெல்லாம் இப்போது

மறந்துவிட்டோம். கிணற்றுத் தவளைபோல் சுருண்டு இருந்து கொண்டிருக்கிறோம். ஏன் இந்த குற்றச்சாட்டு எல்லாம்?

எல்லாவற்றுக்கும் முன், நாம் நம்மைப் பற்றியும், நம் முன்னோர்கள் பற்றியும், அவர்களின் வரலாறு, பண்பாடு, பழக்க வழக்கங்கள், பாரம்பரியம், கலாச்சாரம் மற்றும் மொழியைப் பற்றியும் நாம் தெரிந்து கொள்வது மிக மிக அவசியம். அதற்கு நாம் என்ன செய்ய வேண்டும் என்பதைப் பற்றி சிறிது சிந்திப்போம். போட்டித் தேர்வுகளுக்கு தம்மை தயார்படுத்திக் கொள்ளும் மாணவர்கள் மட்டுமல்லாமல், தமிழர்கள் அனைவரும், அனைத்து மாணவ சமுதாயமும், துறை பாகுபாடின்றி அனைவரும் சரித்திரம் (History) படிக்க வேண்டும். History - வரலாறு என்பது ஒரு நாடகம். அது எவ்வாறு வெவ்வேறு காலகட்டங்களில் நடந்தேறி இருக்கிறது என்பது பற்றிய அறிவு மிக மிக அவசியம். அதன் மூலம் நம் முன்னோர்களின் மொழி, கலாச்சாரம், வாழ்க்கை முறை, வியாபாரம் போன்றவற்றை அறிய இயலும். இந்நாடகம் அரங்கேற ஒரு மேடை வேண்டும். அதுவே புவி. புவியைப் பற்றிப் படிப்பது புவியியல் (Geography). இயல்பாகவே பூமியைப் பற்றிய அறிவு நமக்கு இருக்க வேண்டும். நான் மேற்சொன்ன இரண்டும் அதாவது வரலாறு, புவியியல் என்ற இரண்டு பாடங்கள் அவற்றின் முக்கியத்துவம் நமது இயற்கை அறிவை மட்டுமின்றி, போட்டித் தேர்வுகளுக்கும் ஒரு அடிப்படையான அறிவை நமக்கு தருகின்றது. எனவேதான் இவ்விரண்டு பாடங்கள் (Subject) இல்லாமல் எவ்வித போட்டித் தேர்வுகளும் இல்லை என்றே சொல்லிவிடும் அளவுக்கு ஓர் அங்கமாய் விளங்கி விடுகின்றன. இவையிரண்டு மட்டும் இல்லாமல் மனித வரலாறு அரங்கேறுவதற்கு பலவகையான வாணிபம் (Commerce), அரசியல் (Politics), அறிவியல் அறிவு (Science), மொழி (Language), இலக்கியம் (Literature), பொருளாதாரம் (Economics), நடப்பு நிகழ்வுகள் (Current affairs), கணிதம் (Mathematics) என இவையெல்லாமும் ஒரு வகையில் நமது அறிவை வளர்த்துக் கொள்வதற்கு தேவைப்படுகின்றது. மேற்சொன்ன அனைத்தும் ஒரு மனிதன் முழுமையான, தர்க்கம் புரிகின்ற, பகுத்தறிவு மிக்க ஒரு மனிதனாக வளர மட்டுமில்லாமல் இயல்பாகவே போட்டித் தேர்வு மாணவர்களுக்கும் பாடத்திட்டங்களாக அமைந்து இருக்கின்றது என்பதை மிக தெளிவாக அறிய முடிகின்றது அல்லவா? அந்த பாடம் எதற்கு? இந்த பாடம் எதற்கு? என்று தள்ளிவிட எவரும் முயற்சி

செய்யத் தேவையில்லை. அனைத்தையும் படித்து தெரிந்து கொள்ள வேண்டிய கட்டாயத்தில் நாம் இருக்கின்றோம். அதுவும் நடப்பு கால நிகழ்வுகளுடன் ஒப்பிட்டு ஒவ்வொரு செய்தியையும், அப்பாட அறிவுக்கு ஏற்ற விதத்தில் நமது அறிவை மேம்படுத்திக் கொள்ள வேண்டும். குறிப்பாக, போட்டித் தேர்வுக்கு தம்மைத் தயார்படுத்திக் கொள்ளும் மாணவர்கள் Current affairs - நடப்புக்கால நிகழ்வுகளில் மிக நுணுக்கமாக எல்லா துறைகளிலும் நமது அறிவை வளர்த்துக் கொள்ள வேண்டும்.

இப்புத்தகத்தில் இந்திய குடிமைப் பணி (Civil Services) தேர்வு மட்டுமில்லாமல், UPSC நடத்துகின்ற IES (Indian Economic Service), IES (Indian Engineering Service), Combined Medical Services Exam, Indian Statistical Services Exams, Assistant Commandant Exam, NDA Exam, SSC - (Staff Selection Commission) நடத்துகின்ற Group 'B' மற்றும் 'C' தேர்வுகளைப் பற்றியும், Bank Exam, RRB Exam, IB Exam, Defence Services மற்றும் TNPSC நடத்தும் பல்வேறு விதமான போட்டித் தேர்வுகளைப் பற்றியும் சுருக்கமாக முடிந்தவரை கூறியிருக்கிறேன். SSC நடத்தும் Sub-Inspectors தேர்வு மட்டுமல்லாமல் தமிழ்நாடு அரசு நடத்தும் Tamil Nadu Uniformed Services Recruitment Board மூலம் SI, Tech SI, Constables தேர்வுகள் பற்றியும் எப்படி உங்களை தயார்படுத்திக் கொள்வது என்பதையும் எடுத்தியம்பியிருக்கிறேன்.

போட்டித் தேர்வுகளில் வெற்றி பெறுபவர்கள் மட்டுமே மத்திய, மாநில அரசுப் பணிகளில் பணியில் அமர்த்தப்படுகிறார்கள். UPSC நடத்தும் குடிமைப் பணித் தேர்வில் (Civil Services Exam) ஆண்டுதோறும் சுமார் பத்து இலட்சம் பேர் பங்கு பெறுகிறார்கள். ஆனால் வெறும் 1000 பேர்கள் மட்டுமே இறுதியாக தேர்ந்து எடுக்கப்பட்டு வெவ்வேறு பணிகளில் அமர்த்தப்படுகிறார்கள். Group A மற்றும் B பதவிகளுக்கு தம்மைத் தயார்படுத்திக் கொள்பவர்கள், பெரும்பாலும் ஏதாவது ஒரு அரசுப் பணியில் அமர்ந்து விடுகிறார்கள். அதற்குக்காரணம் பெரும்பாலும் அனைத்துப் போட்டித் தேர்வுகளுக்கும் ஒரே மாதிரியான பாடத் திட்டம் இருப்பதுதான். ஆனால் அப்பாடத் திட்டம் (Syllabus) பதவிகளுக்கு ஏற்றபடி அதனுடைய ஆழம் (Depth)

இருக்கும். உதாரணமாக UPSC நடத்தும் தேர்வுகளுக்கு Post Graduate Level மற்றும் அதற்கு மேலும் தம்மை தயார்படுத்திக் கொள்ள வேண்டும். TNPSC Group IV, VAO மற்றும் Police Constables தேர்வுகளுக்கு 10ஆம் வகுப்பு வரை உள்ள பாடங்களை படித்தால் போதுமானது என்பவை.

இப்புத்தகத்தின் வாயிலாக, போட்டித் தேர்வுகள் மட்டுமின்றி பல வெவ்வேறு துறைகள் இருக்கின்றன என்பதையும், நாம் சற்று சிந்தித்துப் பார்க்க வேண்டும். ஏனெனில் போட்டித் தேர்வுகளில் பங்கேற்கும் மாணவர்களின் எண்ணிக்கை நாளுக்கு நாள் அதிகமாகிக் கொண்டிருக்கிறது. எனவே போட்டியும் மிகக் கடுமையாக மாறிக் கொண்டு வருகின்றது. தேர்வில் வெற்றி பெற இயலவில்லை என்றால் வேறு கதியே இல்லை என்ற எண்ணம் கூடாது. பல தனியார் துறை நிறுவனங்கள், ஆராய்ச்சித் துறைகள் நமது படிப்பு மற்றும் தகுதிக்கேற்றவாறு வேலை வாய்ப்புகளை நல்குகின்றன என்பதை நாம் யாரும் மறுக்க முடியாது. அவை மட்டுமல்லாமல் பல துறைகளான விவசாயம், தொழில் மற்றும் சேவை துறைகள் (Primary. Secondary and Tertiary Sectors)-ல் பல்வேறு வேலை வாய்ப்புகள் இருக்கின்றன. அவைகளையும் நாம் பயன்படுத்திக் கொள்ள வேண்டும் என்பது எனது எண்ணம்.

இவையன்றி, நம் தமிழ் மொழியை, அதன் இலக்கிய வளங்களை பரவலாகவும் மிக ஆழமாகவும் படிக்க வேண்டும். ஏனெனில் அது நமது தாய்மொழி. தமிழில் மிகுந்த ஆளுமையுடன் இருந்தால்தான், உலகிலுள்ள மற்ற எந்த மொழியாக இருந்தாலும், அதை நாம் எளிதில் கற்றுக் கொண்டு புலமை பெற இயலும். இக்கருத்து உலகிலுள்ள அனைவருக்கும் பொருந்தும். அவரவர்களின் தாய்மொழியின் மூலம் மற்ற மொழிகளை சுலபமாக கற்றுக் கொள்ள இயலும். நமது சிந்திக்கும் திறன் தாய்மொழியின் வழியாகவே நமக்கு வளரும். எனவேதான் மேற்கண்ட இக்கருத்தை அழுத்தந்திருத்தமாக கூறி வருகிறேன்.

மற்ற மொழிகளில் நாம் அடுத்ததாக முக்கியத்துவம் கொடுக்க வேண்டியது ஆங்கிலம் ஆகும். ஏனெனில் உலகில் உள்ள பெரும்பாலானவர்கள் ஆங்கிலம் பேசுபவர்களாகவோ அல்லது தெரிந்தவர்களாகவோ இருக்கின்றனர். ஐக்கிய நாடுகள் சபை

உள்ளிட்ட உலகளாவிய அமைப்புகளில் ஆங்கிலம் இன்றியமையாத மொழியாக விளங்குகின்றது. இதன் முக்கியத்துவத்தை உணர்ந்து நாம் ஆங்கிலத்திலும் புலமையுள்ளவர்களாக விளங்குவது இன்றியமையாததாகும். குறைந்தபட்சம் ஆங்கிலத்தில் பேசவும் மற்றும் எழுதத் தெரிந்தவர்களாகவும் இருக்க வேண்டும். இதன் மூலம் நாம் நமது தரத்தையும் தகுதியையும் மேம்படுத்திக் கொள்வதல்லாமல், நாம் இவ்வுலகத்தில் எவருக்கும் சளைத்தவர்கள் அல்லர் என்பதை நிரூபிக்க முடியும். இவ்வாறு அந்நிய பல உலக மற்றும் உள்நாட்டு மொழிகளையும் கற்றுக் கொண்டால் (லத்தின், ரஷ்ய மொழி, பிரஞ்சு, சீனம், ஜெர்மன், தெலுங்கு, மலையாளம், கன்னடம், இந்தி, குஜராத்தி, பஞ்சாபி...,) இந்தியாவில் மட்டுமல்லாமல் உலக அளவில் எங்கு வேண்டுமானாலும் சென்று, வென்று வர முடியும். எனவே நாம் நமக்குள் ஒரு எல்லையை வரையறுத்துக் கொண்டு, கிணற்றுத் தவளைபோல் இதுவே நமது உலகம் என்று தமிழ்நாட்டுக்குள்ளேயே இருந்துவிடக் கூடாது.

'யாதும் ஊரே யாவரும் கேளிர்' என்ற அரும்பெரும் உலகளாவிய தத்துவத்தை இயம்பியவர்கள் தமிழர்கள். உலகெங்கும் நாம் வலம் வர வேண்டும் என்றால், மேற்சொன்ன அனைத்து வகையான தகுதிகளையும் நாம் வளர்த்துக் கொள்ளவேண்டும். தமிழர்களாகிய நமக்கு விவசாயம் செய்யவும் தெரியும். தொழில் செய்யவும் தெரியும், குடிமைப்பணி உள்பட போட்டித் தேர்வுகளில் போட்டியிட்டு வெற்றி பெற்று சிறப்பாகப் பணிபுரியவும் தெரியும் என்பதை இவ்வுலகத்தார்க்கு எடுத்தியம்ப வேண்டும் என்பது எனது தீராத வேட்கை ஆகும். அதுபோல் போட்டித் தேர்வுக்குத் தயார் செய்பவர்கள் பரந்த மனப்பான்மை கொண்டவர்களாக இருக்க வேண்டும். குறுகிய மனப்பான்மை வெற்றிக்கு வழி வகுக்காது.

இனி, பல்வேறு விதமான இந்திய அளவில் நடத்தப்படும் போட்டித் தேர்வுகள் பற்றியும், அவற்றின் பாடத் திட்டங்கள் பற்றியும் எப்படி தயார்படுத்திக் கொள்வது பற்றியும் ஒவ்வொரு தலைப்பின் கீழ் காணலாம்.

UPSC

Union **P**ublic **S**ervice **C**ommission **E**xamination

(www.upsc.gov.in)

i. Civil Services Examination

(குடிமைப் பணித் தேர்வுகள்) *

UPSC நடத்தும் மிக முக்கியமான தேர்வுகளில் குடிமைப் பணித் தேர்வு என்பது மகத்தான இடம் பெறுகின்றது. இந்தியாவில் மிக முக்கியமான மத்திய அரசுப் பணிகள் மற்றும் அகில இந்திய பணிகள் (All India Services)-க்கு தேர்வு நடத்துகின்றது. ஒவ்வொரு ஆண்டும் இத்தேர்வு நடத்தப்படுகிறது. IAS, IFS, IPS, IRS... Pondicherry Civil மற்றும் Police Service போன்ற B Service தேர்வுகள் நடத்தப்பட்டு பணியமர்த்தப் படுகின்றனர். எந்த ஒரு பணிக்கும் தனித் தொரு முக்கியத்துவம் உண்டு. ஒவ்வொரு பணியும் மற்ற பணி களுக்கு இணையான மதிப்பையும், தனித்துவத்தையும் கொண் டுள்ளது. இப்போட்டித் தேர்வை எதிர்கொள்ளும் மாணவர்கள் பெறும் மதிப்பெண்கள் மற்றும் தரவரிசையைப் (Rank) பொறுத்து

தேர்ச்சி பெறுபவர்களின் பணிகள் ஒதுக்கப்படுகின்றது. மேலும் அவர்களின் பணி விருப்பமும், பணி ஒதுக்கீட்டின் முக்கிய காரணியாக விளங்குகின்றது. பணி ஒதுக்கீடு செய்யப்பட்டவுடன் அவரவர்களின் Academy-க்கு சென்று பயிற்சியில் ஈடுபடுத்தப்படுவார்கள். முதலில் IAS, IFoS, IPS மற்றும் IFS பணி பெற்றவர்களுக்கு LBSNAA - Lal Bahadur Shastri National Academy of Administration-ல் Foundation Course (FC) 100 நாட்களுக்கு நடத்தப்படுகிறது. Mussoorie (Uttarakhand)-ல் உள்ள இந்த Academy-யில் வெவ்வேறு மாநிலங்களிலிருந்தும் வெவ்வேறு பணிகளைப் பெற்றவர்கள் ஒருவரையொருவர் நன்றாக தெரிந்து கொள்வதற்கும், இப்பணியில் உள்ளவர்கள் எல்லா மாநிலங்களிலும் பணியில் இருப்பவர்கள் என்பதால் இவர்களிடையே நல்ல ஒரு தொடர்பு மற்றும் உறவு ஏற்படுத்தவும் அடிப்படைப் பயிற்சி அளிப்பதற்காகவும் இந்த Foundation Course நடத்தப்படுகின்றது. மற்ற மத்திய பணிகளுக்கு Hyderabad, Nagpur, Mysore போன்ற இடங்களில் Foundation Course நடத்தப்படுகிறது. FC முடிந்தவுடன் அவரவர்களின் பணிப் பயிற்சி தொடங்குகின்றது.

a. Indian Administrative Service

IAS (இந்திய நிர்வாகப் பணி) பணியில் சேருபவர்களுக்கு LBSNAA - Lal Bahadur Shastri National Academy of Administration - என்ற Mussorie-யில் அமைந்துள்ள Academy-யில் Phase-I பயிற்சி அளிக்கப்படுகிறது. பின்னர் Field Training எனப்படும் Practical பயிற்சி அவரவர்களுக்கு ஒதுக்கப்பட்ட மாநிலங்களில் (Cadre) - தரப்படுகிறது. மீண்டும் Phase - II பயிற்சி LBSNAA-வில் தரப்பட்டு இரண்டாண்டு காலம் பயிற்சி முடிவடைகிறது. இப்பயிற்சிகள் முடிந்தவுடன் அவரவர்களின் Cadre-களில், துணை ஆட்சியர் (Sub-Collector)-ஆக பணியமர்த்தப்படுகின்றனர். அதன் பிறகு PD - DRDA (Project Director - District Rural Development Agency)-யாகவும், பின்னர் மாவட்ட ஆட்சியர்களாகவும் (Collector cum District Magistrate) பதவி உயர்வு பெற்று மாவட்டத்தை நிர்வகிக்கின்றனர். அதன் பிறகு தலைமைச் செயலகத்தில் (Secretariat) பல்வேறு துறைகளில் Deputy Secretary, Joint Secretary, Director, Secretary - போன்ற பதவிகள் பெறுகின்றனர். மாநிலத்தில் Chief Secretary ஆகவும், மத்திய அரசின் Cabinet Secretary ஆகவும் இப்பணியில் பதவி உயர்வு பெறுகின்றனர்.

IFS

Indian
Foreign
Service

b. Indian Foreign Service

IFS (இந்திய வெளியுறவுப் பணி) பணியில் சேருபவர்கள் FC (Foundation Course) -க்குப் பிறகு Foreign Service Institute - New Delhi-ல் பயிற்சி பெறுகிறார்கள். பின்னர் அவர்கள் New Delhi-யில் Ministry of External Affairs (வெளியுறவுத் துறை அமைச்சகம்)-ல் பயிற்சி எடுக்கின்றனர். அதன் பின்னர் அவரவர்களுக்கு ஒதுக்கப்படும் வெளி நாடுகளுக்குச் சென்று அந்நாட்டு மொழி மற்றும் கலாச்சாரத்தை கற்கின்றனர். இப்பணியில் உள்ளவர்களை பல்வேறு வெளிநாடுகளில் உள்ள Indian Embassy-யில் Second Secretary, First Secretary, Counsellor, Minister மற்றும் High Commissioners / Ambassador) களாகவும், MEA-வில் Under Secretary, Deputy Secretary, Joint Secretary, Secretary, Director, Foreign Secretary-யாகவும் சிறப்பாகப் பணியாற்றுகின்றனர். இவர்கள் இந்தியாவுக்கும் மற்ற நாடுகளுக்கும் நல்லுறவுவை மேம்படுத்தவும், வணிகம், பொருளாதாரம், Diplomacy, Foreign Policy, Cultural & Education Policy-யை மேம்படுத்தவும் பணியாற்றுகின்றனர்.

Indian Police Service

IPS இந்திய காவல் பணியில் சேருபவர்கள் SVPNPA (Sardar Vallabhai Patel National Police Academy)-யில் பயிற்சி பெறுகின்றனர். பின்னர் அவரவர்களுக்கு ஒதுக்கப்பட்ட மாநிலங்களில் (Cadre) ASP (Assistant Superintendent of Police)-ஆக பயிற்சி பெறுகின்றனர். ஆறு மாத காலப் பயிற்சிக்குப் பிறகு Phase-II பயிற்சி SVPNPA-வில் நடத்தப்படுகிறது. இவ்வாறு இரண்டாண்டு காலப் பயிற்சி முடிந்தவுடன் அவரவர்களின் Cadre-களில் (மாநிலங்கள்) Sub Divisional Police Officer (SDPO) ஆகவும், Additional Supt. of Police (Addl. SP) ஆகவும் பணியாற்றிய பிறகு SP (Superintendent of Police) ஆக மாவட்ட காவல்துறை கண்காணிப்பாளர்களாக பதவி உயர்வு பெற்று மாவட்ட அளவில் பணியாற்றுகின்றனர். அதன் பிறகு DIG (Deputy Inspector General of Police), IG (Inspector General of Police), ADGP (Additional Director General of Police) ஆக உதவி உயர்வு பெற்று கடைசியாக DGP (Director General of Police) ஆக மாநில அளவில் பதவி உயர்வு பெறுகின்றனர்.

இவர்களே மத்திய அரசுப் பணிகளில் Deputation என்ற முறையில் CBI (Central Bureau of Investigation)-ல் SP, DIG, Deputy Director, Joint Director மற்றும் Director ஆக பணி புரிகின்றனர். IB (Intelligence Bureau), CRPF, BSF, SSB, CISF - போன்ற Central Armed Police Service-ல் DIG, IG, ADG மற்றும் DG ஆக பதவி உயர்வு பெற்று சிறப்பாகப் பணியாற்றுகின்றனர். இப்பணியில் உள்ளவர்களே NCB (Narcotic Control Bureau), RAW (Research and Analysis Wing), ED (Enforcement Directorate) போன்ற துறைகளிலும் மிகச் சிறப்பாகப் பணியாற்றுகின்றனர்.

c. Indian Police Service

d. Indian Post & Telecommunication Accounts and Finance Service

இது ஒரு மத்தியப் பணி (Central Service) ஆகும். தபால் மற்றும் தொலைத் தொடர்பு துறையின் நிதி மேலாண்மை செய்ய இத்துறையில் மத்தியப் பணி நிரப்பப்படுகின்றது. இப்பணியில் சேர்பவர்களுக்கு National Institute of Financial Management, Faridabad-ல் பயிற்சி அளிக்கப்படுகிறது. இவர்கள் Financial Advisor, Deputy Director General, Director, General Manager, Additional Director General, Director General ஆக பதவி உயர்வு பெறுகின்றனர்.

e. Indian Audit & Accounts Service:

IA & AS பணியும் ஒரு மத்தியப் பணி ஆகும். இவர்கள் National Academy of Audit & Accounts, Shimla-வில் பயிற்சி பெறுகின்றனர். பின்னர் மத்திய மாநில அரசுகள் மற்றும் Public Sector Organisations-களில் அவைகளின் கணக்குகளை தணிக்கை செய்து CAG (Comptroller & Auditor General of India)-க்கு Reports Submission செய்கிறார்கள். இவர்களும் பயிற்சி முடித்தவுடன் Assistant Director, Deputy Director, Principal Accountant General-என பதவி உயர்வு பெற்று சிறப்பாகப் பணியாற்றுகின்றனர்.

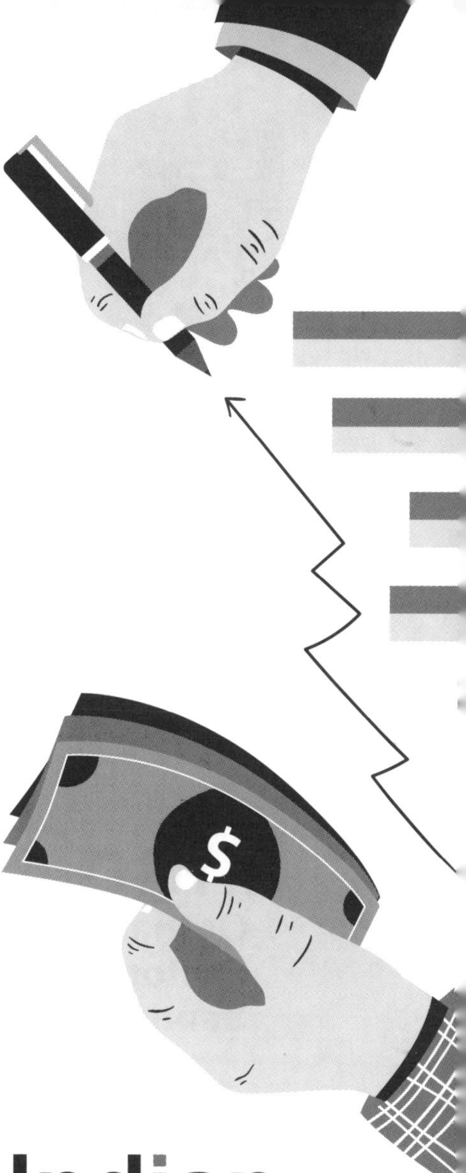

IRS என்ற இந்திய வருமானப் பணியில் இரண்டு பிரிவு உள்ளது. ஒன்று Income Tax என்ற வருமான வரி, மற்றொன்று Customs and Indirect Taxes என்ற சுங்க மற்றும் கலால் பணிகள் ஆகும். இப்பணியில் சேர்பவர்களுக்கு National Academy of Direct Taxes, Nagpur-யிலும், National Academy of Customs & Indirect Taxes and Narcotics, Faridabad-லும் பயிற்சி அளிக்கப்படுகிறது. பயிற்சி முடிந்தவுடன் Assistant Commissioner ஆக பணியில் அமர்ந்து Deputy Commissioners, Joint Commissioners, Additional Commissioners மற்றும் Commissioners ஆக பதவி உயர்வு பெறுகின்றனர். மேலும் இப்பணியில் உள்ளவர்களே Principal Commissioners, Chief Commissioners மற்றும் Director General ஆகவும் உயர்ந்த பதவியை அடைகிறார்கள்.

f. Indian Revenue Service

IDAS

g. Indian Defence Accounts Service:

IDAS என்ற இந்திய பாதுகாப்புத் துறையின் கணக்குகளைத் தணிக்கை செய்வது இப்பணி அதிகாரிகளின் பணியாகும். இவர்கள் DRDO, Border Road Organisation, Ordnance Factories இவைகளின் கணக்கு தணிக்கை செய்கிறார்கள். இவர்கள் Controller General of Defence Accounts வரை பதவி உயர்வு பெறுகிறார்கள்.

h. Indian Ordnance Factories Service:

IOFS என்ற இப்பணியும் Group 'A' பணி ஆகும். இப்பணியில் உள்ளவர்கள் Indian Ordnance Factories-களின் மேலாண்மையை கவனிக்கிறார்கள். Director General of Ordnance Factories இத்துறையின் தலைவர் ஆவார். பயிற்சி முடிந்தவுடன் இவர்கள் Assistant Works Manager, Works Manager, Deputy General Manager, Joint General Manager, Additional General Manager, Senior General Manager மற்றும் Director General of Ordnance Factories ஆக பதவி உயர்வு பெற்று சிறப்பாக பணியாற்றுகிறார்கள்.

i. Indian Postal Service:

IPoS என்ற இந்திய தபால் துறைப் பணியில் சேருபவர்கள் பயிற்சிக்குப் பிறகு ஓர் Postal Division தலைமை பொறுப்பு ஏற்கிறார்கள். பிறகு Senior Superintendent of Post Office, Post Master General என பதவி வகிக்கின்றனர். இவர்களுக்கு National Postal Academy, Ghaziabad-ல் பயிற்சி அளிக்கப்படுகிறது.

j. Indian Civil Accounts Service:

ICAS

ICAS என்ற இந்த பணி ஒரு Group-A பணி ஆகும். இப்பணியில் சேர்பவர்கள் Civil Ministries அனைத்திலும் Internal Audit செய்யும் பணியில் ஈடுபடுவார்கள். இவர்களுக்கு National Institute of Financial Management, Faridabad-ல் பயிற்சி அளிக்கப்படுகிறது. இவர்கள் Chief Controller of Accounts (CCA) வரை பதவி உயர்வு பெறுகிறார்கள்.

IRTS
IRAS
IRPS

k.Indian Railway

Traffic Service
Accounts Service
Personnel Service

இப்பணிகள் அனைத்தும் Group ‘A’ பணிகள் ஆகும். இந்திய இரயில்வே துறையில் இம்மூன்று பணிகளும் உள்ளடக்கம் ஆகும். IRTS பணியில் உள்ளவர்கள் Commercial மற்றும் Operational இரயில்களின் ஒட்டு மொத்த போக்குவரத்தையும் ஒழுங்குபடுத்தி செயல்படுத்துகிறார்கள். Indian Railway Institute of Transport Management, Lucknow-விலும், National Academy of Indian Railways, Vadodara-விலும் பயிற்சி பெறுகிறார்கள். பின்னர் Assistant Operational Manager (AOM), Deputy Operational Manager (DOM) மற்றும் Senior Divisional Operational Manager, Divisional Railway Manager (DRM) ஆக பதவி உயர்வு பெறுகிறார்கள்.

IRAS பணியில் உள்ளவர்கள் Railway Staff College, Vadodara-வில் பயிற்சி பெறுகிறார்கள். பின்னர் இந்திய இரயில்வேயில் Finance மற்றும் Accounting-ல் முக்கிய பங்கு வகிக்கின்றார்கள். இவர்கள் Financial Advisor, Chief Accounts Officer மற்றும் Financial Commissioner for Railways வரை பதவி உயர்வு பெறுகிறார்கள்.

IRPS பணியில் உள்ளவர்கள் இந்திய இரயில்வேயில் உள்ள பணியாளர்களின் மற்றும் மனித வளத்தின் ஒட்டு மொத்த நிர்வாகத்தையும் செய்கிறார்கள். இவர்கள் National Academy of Indian Railways, Vadodara-வில் பயிற்சி பெற்ற பின் Assistant Personnel Officer (APO), Senior Personnel Officer, Deputy Chief Personnel Officer, Chief Personnel Officer மற்றும் General Manager (GM) என்று பதவி உயர்வு பெறுகின்றனர்.

l. Post of Assistant Security Commissioner in Railway Protection Force:

இரயில்வே பாதுகாப்புப் படையின் முக்கியப் பொறுப்புகளில் இவர்கள் பணியாற்றுகின்றனர். பயிற்சிக்குப்பின் Divisional Security Commissioner, Senior Commandant RPF, Deputy Inspector General of RPF, Inspector General RPF, Additional Director General RPF மற்றும் Director General RPF என பதவி உயர்வு பெற்று இரயில்வேயின் பாதுகாப்புக்கு முழுப் பங்காற்றுகின்றனர்.

m. Indian Defence Estate Service:

IDES

IDES என்ற இந்த பணி Group-A மத்தியப் பணியாகும். இவர்கள் பாதுகாப்புப் பிரிவில் cantonment நிர்வாகம், Defence Land Management மற்றும் Court Case Related Defence Land Management போன்ற பணிகளை செய்கிறார்கள். இவர்களுக்கு National Institute of Defence Estate Management, New Delhi-ல் பயிற்சி கொடுக்கப்படுகிறது. பயிற்சிக்குப் பின் Deputy Assistant Director General, Assistant Director General, Deputy Director General, Additional Director General மற்றும் Director General என பதவி உயர்வு பெறுகின்றனர்.

n. Indian Information Service:

IIS என்ற இப்பணியும் மத்திய Group-A பணியாகும். இப்பணியில் சேர்பவர்களுக்கு Indian Institute of Mass Communication, New Delhi-யில் பயிற்சி அளிக்கப்படுகிறது. இவர்கள் Media Managers of Government, Official Spokesperson, Media Advisors to Ministers என பல்வேறு நிலைகளில் பணிபுரிகின்றனர். இவர்கள் அரசாங்கத்தின் Policy களை மக்களுக்கு எடுத்துச் செல்கின்றனர். இவர்கள் Assistant Director, Deputy Director, Joint Director, Director, Additional Director General, Director General மற்றும் Principal Director General ஆக பதவி உயர்வு பெறுகின்றனர். இவர்கள் Press Information Bureau, All India Radio, DD News, Registrar of Newspaper of India போன்றவற்றில் பணிபுரிகின்றனர்.

o.Indian Trade Service:

ITS என்ற பணியும் மத்திய Group-A பணியாகும். இப்பணியில் சேர்பவர்களுக்கு Indian Institute of Foreign Trades, New Delhi-யில் பயிற்சி அளிக்கப்படுகிறது. இவர்கள் உலகளாவிய தொழில் மற்றும் வர்த்தகத்தை கையாளுகிறார்கள். இவர்கள் Foreign Trade Policy, International Trade Negotiations, Trade Diplomacy- களில் பணியாற்றுகின்றனர். பயிற்சிக்குப் பின் Assistant Director General of Foreign Trade, Deputy DG of Foreign Trade, Joint Director General of Foreign Trade, Additional DG of Foreign Trade மற்றும் Director General of Foreign Trade ஆக பதவி உயர்வு பெறுகின்றனர்.

p. Indian Corporate Law Service:

இப்பணியும் ஒரு Group-A மத்தியப் பணியாகும். இப்பணியில் உள்ளவர்களுக்கு Indian Institute of Corporate Affairs, Manesar-ல் பயிற்சி அளிக்கப்பட்டு Regulation of Corporate Sector of India-வின் கீழ் Assistant Registrar of Companies, Deputy Registrar of Companies, Registrar of Companies, Regional Director, Director General of Corporate Affairs என பதவி உயர்வு பெறுகின்றனர்.

q. Armed Forces Headquarters Civil Service

'Group B' (Section Officer Grade):

இப்பணியில் சேர்பவர்கள் பயிற்சிக்குப் பிறகு Assistance Section Officer, Section Officer, Assistant Civilian Staff Officer, Civilian Staff Officer, Joint Director of AFHQ Civil Services, Director என பதவி உயர்வு பெற்று Army, Navy, Air Force என்ற மூன்று பாதுகாப்பு துறையிலும் பணியாற்றுகின்றனர்.

r. DANICS, DANIPS:

Delhi, Andaman & Nicobar Islands, Lakshadweep, Daman & Diu, Dadra & Nagar Haweli Civil Service 'Group B' மற்றும் Police Service 'Group B':

பயிற்சிக்குப் பின் Assistant Collector, Sub Divisional Magistrate, Deputy Secretary in different Ministries of Delhi Government என பல்வேறு பதவிகளில் DANICS பணியில் சேர்பவர்கள் பணியாற்றுகின்றனர். இது ஒரு Federal Civil Service ஆகும். சில வருட அனுபவம் பெற்ற பிறகு இவர்கள் AGMUT-Cadre -ல் Indian Administrative Service (IAS)-ல் இணைகிறார்கள்.

DANIPS பணியில் சேர்பவர்கள் Police Training College, Jharoda Kalan-ல் பயிற்சி பெறுகிறார்கள். பின்னர் Assistant Commissioner of Police, Sub Divisional Police Officer in Union Territories, Additional Deputy Commissioner of Police, Deputy Commissioner of Police என பதவி வகித்து பின்னர் Indian Police Service (IPS)-ல் இணைகிறார்கள்.

s. Pondicherry
Civil Service & Police Service 'Group B'

இப்பணியில் சேர்பவர்களும் பயிற்சிக்கு பின் புதுச்சேரி, மாஹி, ஏனாம் மற்றும் காரைக்கால் என்ற இடங்களில் பணிபுரிகின்றனர். Police Service-ல் சேர்பவர்கள் Assistant Superintendent of Police, Superintendent of Police என பதவி வகித்து பின்னர் IPS-ல் இணைகிறார்கள்.

Pondicherry Civil Service-ல் சேர்பவர்கள் Assistant Collector, Sub Collector என பணியாற்றி பின் IAS-ல் இணைகிறார்கள்.

இப்போது தேர்வு முறை மற்றும் தகுதி போன்றவைகளைப் பற்றி இங்கே காணலாம். இத்தேர்வு மூன்று Stage ஆக நடத்தப்படுகிறது.

படிப்பு தகுதி	: ஏதேனும் ஒரு பட்டப் படிப்பு
வயது வரம்பு	:

குறைந்தபட்ச வயது வரம்பு - 21,
அதிகபட்ச வயது வரம்பு General - 32,
OBC - 32 + 3 = 35, SC/ST - 32 + 5 = 37
PwD- 32 + 10 = 42, Ex Servicemen - 32 + 5 = 37

Attempts	: General - 6, OBC- 9, PwD- 9
	SC/ST - எல்லையில்லை

Scheme of Examination

1. Preliminary Examination
   (முதல் நிலைத்தேர்வு)

2. Main Examination - Written Exam
   (முதன்மைத்தேர்வு)

3. Personality Test
   (நேர்முகத்தேர்வு)

இத்தேர்வு ஆரம்பித்த நாளிலிருந்து பலவித மாற்றங்களை அடைந்துள்ளது. சமீபகாலம் வரை முதல்நிலைத் தேர்வில் Paper-I விருப்பப்பாடம் (Optional), Paper-II General Studies (பொது அறிவு) என இரண்டு தேர்வுத் தாள்கள் இருந்தது. ஆனால் தற்போது,

    Paper - I - General Studies
    Paper - II - CSAT (Civil Service Aptitude Test)

என ஒவ்வொரு தேர்வுத் தாளுக்கும் தலா 200 மதிப்பெண்கள் என அமைக்கப்பட்டிருக்கிறது. அதிலும் CSAT தாளில் 33 சதவிகிதம் மதிப்பெண் எடுப்பது தகுதிக்கானவை (Qualifying in Nature) என மாற்றப்பட்டுள்ளது.

அடுத்ததாக உள்ள Main Examination இரண்டு பிரிவுகளைக் கொண்டது. முதலாவதாக எழுத்துத் தேர்வு. சில வருடங்களுக்கு முன்,

Paper - I   - Indian Language
Paper - II   - English language
Paper - III - Essay
Paper - IV   - General Studies - I
Paper - V   - General Studies - II
Paper - VI   - Optional I   - Paper I
Paper - VII - Optional I   - Paper II
Paper - VIII - Optional II - Paper I
Paper - IX   - Optional II - Paper II

என இருந்தது. தற்போது இரண்டு விருப்பப்பாடமாக இருந்தது ஒரு விருப்பப் பாடமாக மாறி கீழ்க்கண்ட தேர்வுத் தாள்களைக் கொண்டிருக்கிறது.

(மதிப்பெண்கள்)

Paper-A- Indian Language	300
Paper-B- English language	300
Paper-I - Essay	250
Paper-II - General Studies - I	250
Paper-III - General Studies - II	250
Paper-IV - General Studies - III	250
Paper-V - General Studies - IV	250
Paper-VI - Optional II - Paper I	250
Paper-VII - Optional II - Paper II	250
மொத்த மதிப்பெண்கள்	1750

Personality Test என்ற நேர்முகத் தேர்வு 275 மதிப்பெண்கள் கொண்டது. எனவே முதன்மைத் தேர்வு மதிப்பெண்கள் 1750 மற்றும் நேர்முகத் தேர்வு மதிப்பெண்கள் 275, மொத்தம் 2025 மதிப்பெண்கள் ஆகும். Preliminary Examination ஒரு முதன்மைத் தேர்வுக்கான நுழைவுத் தேர்வு போல அமைக்கப்பட்டிருக்கிறது. ஏறக்குறைய பத்து இலட்சம் பேர் இத்தேர்வை ஆண்டுதோறும் எழுதுகிறார்கள். அதிலிருந்து 10 முதல் 12 ஆயிரம் பேர்களை மட்டும் முதன்மைத் தேர்வுக்கு அவர்கள் பெற்ற மதிப்பெண்களின் அடிப்படையில் தர வரிசைப் பட்டியலிட்டு தேர்ந்தெடுக்கிறார்கள். முதல்நிலைத் தேர்வு ஒரு Multiple Choice (Objective Type) தேர்வு ஆகும். ஆனால் Mains தேர்வு Descriptive Type தேர்வு ஆகும். Paper I ஆன Indian Language மற்றும் Paper II ஆன English Language இரண்டும் தகுதிக்கான தேர்வு மட்டுமே ஆகும் (Qualifying in Nature). Matric 10ஆம் வகுப்பு வரை பாட திட்டம் மட்டுமேயான அடிப்படையில் கேள்விகள் கேட்கப்படுகின்றன. இவ்விரண்டு தேர்வுத் தாள்களிலும் தகுதி மதிப்பெண்கள் பெற்றால்தான்மற்றதேர்வு தாள்களை மதிப்பிடுவார்கள். 10 முதல் 12 ஆயிரம் பேர்கள் முதன்மை தேர்வு எழுதுபவர்களில் நேர்முகத் தேர்வுக்கு 1:2.5 என்ற விகிதத்தில் ஏறக்குறைய 2500 பேர்களை அழைக்கின்றனர். இவர்களிலிருந்து சுமார் 1000 பேர்கள் மட்டுமே கடைசியாக ஒவ்வொரு வருடமும் தேர்ந்தெடுக்கப் படுகின்றனர்.

பாடத்திட்டம்

General Studies - I :
Indian Heritage & Culture, History and Geography of the world and society.

General Studies - II :
Governance, Constitution, Polity, Social Justice, International Relations.

General Studies - III :
Technology, Economic Development, Bio-diversity, Environment, Security & Disaster Management.

General Studies - IV :
Ethics, Integrity and Aptitude.

Optional Paper I & II :

விருப்பப்பாடம் கீழ்க்கண்ட பாடங்களிலிருந்து ஏதாவது ஒன்றை தேர்ந்தெடுக்க வேண்டும்.

- ☐ 1. Agriculture
- ☐ 2. Animal Husbandry
- ☐ 3. Anthropology
- ☐ 4. Botany
- ☐ 5. Chemistry
- ☐ 6. Civil Engineering
- ☐ 7. Commerce and Accountancy
- ☐ 8. Economics
- ☐ 9. Electrical Engineering
- ☐ 10. Geography
- ☐ 11. Geology

- ☐ 12. History
- ☐ 13. Law
- ☐ 14. Management
- ☐ 15. Mathematics
- ☐ 16. Mechanical Engineering
- ☐ 17. Medical Science
- ☐ 18. Philosophy
- ☐ 19. Physics
- ☑ 20. Political Science & International Relations
- ☐ 21. Psychology
- ☐ 22. Public Administration
- ☐ 23. Sociology
- ☐ 24. Statistics
- ☐ 25. Zoology
- ☐ 26. Literature of Indian Language

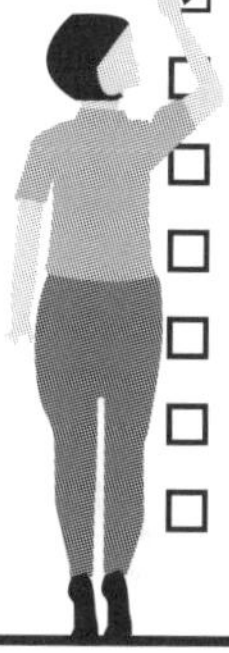

முதன்மை தேர்வில் தேர்ச்சி பெற்றவர்கள் நேர்முகத் தேர்வுக்கு (Personality Test) New Delhi-ல் உள்ள UPSC-க்கு அழைக்கப்படுகிறார்கள். அங்கு பலவிதமான கேள்விகள் கேட்கப்படுகின்றன. அவை படிப்பு, குடும்பப் பின்னணி, வேலை முன் அனுபவம், நடப்பு நிகழ்வுகள், பொது அறிவு, நீங்கள் இந்த குடிமைப் பணி பதவிக்கு எந்த விதத்தில் பொருத்தமானவர்கள்? உங்களது மனநிலை, உறுதித் தன்மை, அறிவுத் திறமை போன்றன ஆகும். முதல்நிலை மற்றும் முதன்மைத் தேர்வில் உங்களுடைய படிப்பு மற்றும் அறிவுத் திறமையை சோதித்துவிட்டமையால், நேர்முகத் தேர்வில் அறிவுக் கூர்மை, சமூகப் பார்வை, நடப்பு விடயங்கள், சரியான முடிவெடுக்கும் தன்மை, நடுநிலைத் தன்மை, தலைமைப் பண்பு மற்றும் நேர்மை போன்ற பண்புகள் சோதிக்கப்படுகின்றன.

முதல்நிலைத் தேர்வில் (Preliminary Examination) கேள்விகள் ஆங்கிலம் மற்றும் இந்தி மொழிகளில் அமைக்கப்பட்டிருக்கும். முதன்மைத் தேர்விலும் அப்படியே. ஆனால் முதன்மைத் தேர்வில் இந்திய ஆட்சி மொழிகள் 22இல் எந்த மொழியிலும் அல்லது ஆங்கிலத்திலும் விடைகள் எழுதலாம். அதுபோல் நேர்முகத் தேர்விலும் கேள்விகள் ஆங்கிலத்திலோ அல்லது இந்தியிலோ கேட்கப்படும். இந்திய ஆட்சி மொழிகள் 22இல் எந்த மொழியிலும் அல்லது ஆங்கிலத்திலோ நாம் விடை அளிக்கலாம். கடைசியாக தரப்பட்டியல் வெளியிடப்பட்டு அவரவர்களின் மதிப்பெண் மற்றும் விருப்ப அடிப்படையில் பணிகள் (Service) ஒதுக்கப்படுகிறது.

ii. Indian Forest Service Examination:

இந்தியாவில் மூன்று அகில இந்திய பணிகள் (All India Services) உள்ளன. அவையாவன:

1. Indian Administrative Service	(IAS)
2. Indian Police Service	(IPS)
3. Indian Forest Service	(IFoS)

மற்றவை மத்திய பணிகள் மற்றும் Union Territory பணிகள் ஆகும். அதில் இந்திய வனத்துறை பணி (IFoS) ஒன்றாகும். இப்பணித் தேர்வு எழுதுபவர்கள் சில ஆண்டுகளுக்கு முன்பு வரை நேரடியாக முதன்மைத் தேர்வு (Main Examination) எதிர்கொண்டார்கள். அதில் முதல் தேர்வு எழுத்துத் தேர்வு மற்றும் இரண்டாவது நேர்முகத் தேர்வு என இருந்தது. தற்போது Civil Service Preliminary Examination எழுதி தேர்ச்சி அடைந்தவர்கள் மட்டுமே Forest Service-ன் முதன்மைத் தேர்வுக்கு அனுமதிக்கப்படுகிறார்கள். எனவே Civil Service மற்றும் IFoS தேர்வு எழுதுபவர்கள் அனைவரும் Civil Service Preliminary Examinaion-ல் தேர்ச்சி பெற வேண்டும். பின்னர் Civil Service தேர்ந்தெடுத்தவர்கள் Civil Service Main Examination-ம், Forest Service எடுத்தவர்கள் IFoS முதன்மைத் தேர்வும் எழுதுகிறார்கள்.

படிப்புத் தகுதி:

Any Degree-யில் குறைந்தபட்சம் கீழ்க்கண்ட ஒரு பாடம் எடுத்திருக்க வேண்டும்.

Animal Husbandry Veterinary Science, Botany, Chemistry, Geology, Mathematics, Physics, Statistics, Zoology (or)

Bachelor degree in Agriculture, Forestry or Engineering.

வயது வரம்பு:

குறைந்தபட்ச வயது வரம்பு - 21

அதிகபட்ச வயது வரம்பு

General - 32, OBC - 32 + 3 = 35,

SC/ST - 32 + 5 = 37, PwD - 32 + 10 = 42,

Ex Servicemen - 32 + 5 = 37

Attempts:-

பொது - 6, OBC - 9, SC/ST - வரம்பில்லை, PwD - 9

Main Exmaination:

எழுத்துத் தேர்வில் கீழ்க்கண்ட தேர்வு தாள்கள் உள்ளன. அவை:-

(மதிப்பெண்கள்)

Paper - I - General English	300
Paper - II - General language	300
Paper - III - Optional I - Paper I	200
Paper - IV - Optional I - Paper II	200
Paper - V - Optional II - Paper I	200
Paper - VI - Optional II - Paper II	200
Written - Total	1400
Personality Test	300
Total	1700

விருப்பப்பாடங்கள்:

கீழ்க்கண்ட விருப்பப் பாடங்களில் ஏதேனும் இரண்டைத் தேர்ந்தெடுத்து மாணவர்கள் தேர்வு எழுத வேண்டும்.

- ☐ 1. Agriculture
- ☐ 2. Agriculture Engineering
- ☐ 3. Animal Husbandry & Veterinary Sciences
- ☐ 4. Botany
- ☐ 5. Chemistry
- ☐ 6. Chemical Engineering
- ☐ 7. Civil Engineering
- ☑ 8. Forestry
- ☐ 9. Geology
- ☐ 10. Mathematics
- ☐ 11. Mechanical Engineering
- ☐ 12. Physics
- ☐ 13. Statistics
- ☐ 14. Zoology

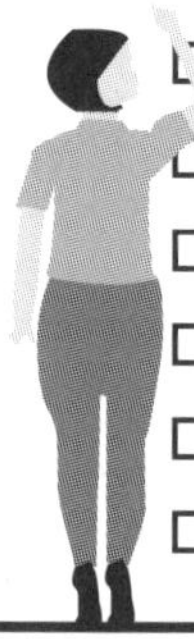

இப்பணியில் சேர்பவர்களுக்கு Indra Gandhi National Forest Academy (IGNFA) - Dehradun-ல் பயிற்சி கொடுக்கப்படுகிறது. அங்கேயே அவர்களுக்கு Cadre Allocation எனப்படும் மாநில மற்றும் UT பணி ஒதுக்கீடு செய்யப்பட்டு அந்தந்த மொழிகள் கற்பிக்கப்படுகின்றனர். ஒட்டு மொத்த பயிற்சிக்குப்பின் அவரவர்களின் Cadre-களில் Assistant Conservator of Forest (ACF), Divisional Forest Officer (DFO), Conservator of Forest, Principal Chief Conservator of Forest (PCCF) என பதவி உயர்வு பெற்று வனத்துறையை மேம்படுத்துகிறார்கள்.

iii.Indian Engineering Services Examination:

பொறியியல் துறையில் மத்திய அரசுப் பணிகளில் உயர் பதவிகளில் இத்தேர்வில் தேர்ச்சி பெற்றவர்கள் நியமிக்கப்படுகின்றனர். கீழ்க்கண்ட நான்கு பாடங்களில் மட்டுமே இப்பணிக்கானத் தேர்வு நடத்தப்படுகின்றது. அவை:-

1. Civil Engineering
2. Mechanical Engineering
3. Electrical Engineering
4. Electronics and Telecommunication Engineering

இப்பணிக்கு தேர்ச்சி அடைபவர்கள் பயிற்சிக்குப் பின் கீழ்க்கண்ட பணிகளில் அவரவர்களின் தர வரிசை மற்றும் விருப்பம் அடிப்படையில் இடம் பெற்று பணியாற்றுகின்றனர்.

1. Indian Railway Service of Engineers (IRSME, IRSCE, IRSEE)
2. Indian Railway Store Service
3. Indian Ordnance Factories Service
4. Central Engineering Service (Roads)
5. Central Water Engineering Service
6. Border Roads Engineering Service
7. Indian Defence Service of Engineering
8. Indian Skill Development Service
9. Defence Aeronautical Quality Assurance Service
10. Central Power Engineering Service
11. Indian Naval Armament Service
12. Indian Radio Regulatory Service

வயது வரம்பு :

குறைந்தபட்ச வயது வரம்பு - 21

அதிகபட்ச வயது வரம்பு

பொது - 30, OBC - 30 + 3 = 33,

SC/ST - 30 + 5 = 35

தேர்வு முறை:

1. Preliminary Examination:-

இத்தேர்வு இரண்டு தேர்வுத்தாள்களைக் கொண்ட Objective Type தேர்வு ஆகும்.

Paper I - 300 மதிப்பெண்களைக் கொண்டது. இதில் பொது அறிவு மற்றும் Engineering Aptitude பற்றி கேள்விகள் கேட்கப்படுகின்றன. நேரம் 2 மணி அளவுடையது.

Paper II - 300 மதிப்பெண்கள் கொண்டது.

1. Civil Engineering
2. Mechanical Engineering
3. Electrical Engineering
4. Electronics and Telecommunication Engineering

எந்த தேர்வர்கள் எப்பாடத்தை தேர்ந்தெடுத்திருக்கின்றனரோ, அவர்கள் மேற்கண்ட ஏதாவது ஒரு பாடத் திட்டத்தில் Paper II தேர்வை எதிர்கொள்ள வேண்டும். நேரம் 3 மணி அளவுடையது.

2. Main Examination

a. Written Examination - 600 மதிப்பெண்கள்
b. Personality Test - 200 மதிப்பெண்கள்

எழுத்துத் தேர்வில் conventional type-ல் விடை அளிக்க வேண்டும். இதுவும் இரண்டு தேர்வுத்தாள்களைக் கொண்டது.

Paper I - 300 Marks
Paper II - 300 Marks

மேற்கூறிய ஏதாவது ஒரு பாடத்தை தேர்ந்தெடுப்பவர்கள் அப்பாடத் திட்டத்தில் கேட்கப்படும் கேள்விகளுக்கு விடையளிக்க வேண்டும்.

இறுதியாக Personality Test எனப்படும் நேர்காணல் ஆகும். UPSC -யில் நடத்தப்படும் இந்நேர்காணலில் இப்பணிக்கு எவ்வகையில் நீங்கள் பொறுத்தமானவர்கள் என்பதை சோதிப்பார்கள். அனைத்துத் தேர்வு மதிப்பெண்களையும் சேர்த்து இறுதி தர வரிசைப் பட்டியல் தயாரிக்கப்படுகிறது.

iv. Indian Economic Service & Indian Statistical Service:

UPSC - யால் நடத்தப்படும் மிக முக்கியமான தேர்வுகளில் இந்திய பொருளாதாரப் பணி மற்றும் இந்திய புள்ளியியல் பணி தேர்வுகள் முக்கிய இடத்தை வகிக்கின்றன. ஆண்டுதோறும் நடத்தப்படும் இத்தேர்வுகளின் மூலம் மிகக் குறைந்த பணியிடங்கள் மட்டுமே நிரப்பப்படுகின்றன. உதாரணமாக சுமார் 15-IES, சுமார் 30-ISS ஆகும்.

வயது வரம்பு :

குறைந்தபட்ச வயது வரம்பு - 21

அதிகபட்ச வயது வரம்பு

பொது - 30, OBC - 30 + 3 = 33,

SC/ST - 30 + 5 = 35

படிப்புத் தகுதி:

1. IES:-

Post Graduate in Economics /
Applied Economics /
Business Economics / Econometrics.

2. ISS :

Under Graduate degree with Statistics /
Mathematical Statistics /
Applied Statistics or
Masters Degree.

தேர்வு முறை:

1. Part I - Written Examination - 1000 Marks
2. Part II - Viva Voce - 200 Marks

	Indian Economic Service	Marks		Indian Statistical Service	Marks
1.	General English	100	1.	General English	100
2.	General Studies	100	2.	General Studies	100
3.	General Economics I	200	3.	Statistics I (Objective)	200
4.	General Economics II	200	4.	Statistics II (Objective)	200
5.	General Economics III	200	5.	Statistics III (Descriptive)	200
6.	General Economics IV	200	6.	Statistics IV (Descriptive)	200
	Total	1000		Total	1000

மேற்கண்ட தேர்வுத்தாள்கள் இரண்டு பணிகளுக்கானதாகும். தேர்வு ஆங்கில மொழியில் மட்டுமே இருக்கும். எழுத்துத் தேர்வில் வெற்றி பெறுபவர்கள் நேர்காணலுக்கு அழைக்கப்படுவார்கள். எழுத்துத் தேர்வு மற்றும் நேர்முகத் தேர்வு மதிப்பெண்கள் இரண்டையும் சேர்த்து இறுதித்தரப் பட்டியல் வெளியிடப்படுகிறது. இந்திய பொருளாதாரப் பணியில் (IES) சேருபவர்கள் பயிற்சிக்குப் பின் Assistant Director, Deputy Director, Assistant Economic Advisor, Joint Director, Deputy Economic Advisor, Director, Additional Economic Advisor, Senior Advisor, Principal Advisor - என பல்வேறு நிலைகளில் Labour & Employment Department, Ministry of Economic Affairs, Rural Department போன்ற துறைகளிலும், அமைச்சகத்திலும் மிகச் சிறப்பாக பணியாற்றுகின்றனர். இவர்கள் Institute of Economic Growth, New Delhi-யில் பயிற்சி பெறுகின்றனர்.

இந்திய புள்ளியியல் பணியை (ISS) தேர்ந்தெடுப்பவர்கள் National Statisical System Training Academy, Greater Noida, UP -யில் பயிற்சி பெற்றபின், National Income, GDP, United Nations' Bodies, Ministries of Agriculture, Water Resources, Health, Commerce மற்றும் Labour-ல் Statistical Administration, Statistical Planning மற்றும் Advisory, Formulation, Implementation, Monitoring, Evaluation of Development Policies and Programmes போன்ற துறைகளில் பல்வேறு நிலைகளில் சிறப்பாக பணியாற்றுகின்றனர்.

v. Combined Geo-Scientists and Geologists Examination:

UPSC நடத்தும் இத்தேர்வில் தேர்ச்சி அடைபவர்கள் மிக முக்கிய கீழ்க்கண்ட இடங்களில் பயிற்சிக்குப் பின் பணிபுரிகின்றனர்.

Geological Survey of India-ல் Geologists, Geo physicists மற்றும் Chemists ஆக பணிபுரிகின்றனர். மேலும் Central Ground Water Board-ல் Junior Hydrogeologists (Scientist-B) Group 'A'-வாகவும் பணியமர்த்தப்படுகிறார்கள்.

வயது வரம்பு:

குறைந்தபட்ச வயது வரம்பு - 21

அதிகபட்ச வயது வரம்பு

Posts : Geologists   பொது   - 32
        Geophysicists   OBC   - 32+3 = 35
        Chemists   SC/ST - 32+ 5 = 37

Posts : Junior Hydrogeologists   பொது   - 35
                                  OBC   - 35+3 = 38
                                  SC/ST - 35+ 5 = 40

படிப்புத் தகுதி:

a. Geologists:

Master Degree in Geological Science or Geology or Applied Geology or Geo-Exploration or Mineral Exploration or Engineering Geology or Marine Geology or Earth Science and Economic Management or oceanography and Coastal Area Studies.

b. Geo-physicists:

Master Degree in Physics / Applied Physics / Geophysics / Integrated M.Sc., Exploration Geophysics / M.Sc. Applied Geophysics / M.Sc. Marine Geophysics.

c. Chemists:
M.Sc. Chemistry / Applied Chemistry / Analytical Chemistry.

d. Junior Hydrogeologists:
Master Degree in Geology / Applied Geology / Marine Geology / Hydrogeology.

தேர்வு முறை:

    Part I - எழுத்துத் தேர்வு
    Part II - நேர்முகத் தேர்வு (Personality Test)

General English - 100 மதிப்பெண்கள் மேற்கண்ட அனைத்து பதவிகளுக்கும் பொதுவானதாகும்.

a. Geologists:
Geology	Paper I	-	200 மதிப்பெண்கள்
	Paper II	-	200 மதிப்பெண்கள்
	Paper III	-	200 மதிப்பெண்கள்

b. Geo-physicists:
Geophysics	Paper I	-	200 மதிப்பெண்கள்
	Paper II	-	200 மதிப்பெண்கள்
	Paper III	-	200 மதிப்பெண்கள்

c. Chemists :
Chemistry	Paper I	-	200 மதிப்பெண்கள்
	Paper II	-	200 மதிப்பெண்கள்
	Paper III	-	200 மதிப்பெண்கள்

d. Junior Hydrogeologists:
Geology	Paper I	-	200 மதிப்பெண்கள்
	Paper II	-	200 மதிப்பெண்கள்
Hydrogeology	Paper III	-	200 மதிப்பெண்கள்

vi. Central Armed Police Force (Assistant Commandant) Examination:

UPSC நடத்தும் இத்தேர்வு ஆண்டுதோறும் நடக்கின்றது. Gazetted Rank-ல் நேரடியாக Assistant Commandant பணியிடங்களில் கீழ்க்கண்ட Organisation-களில் மிகக் கடுமையானப் பயிற்சிக்குப் பின் பணியமர்த்தப்படுகிறார்கள்.

      a. Border Security Force (BSF)
      b. Central Reserve Police Force (CRPF)
      c. Central Industrial Security Force (CISF)
      d. Sashastra Seema Bal (SSB)
      e. Indo-Tibetan Border Police (ITBP)

வயது வரம்பு:

குறைந்தபட்ச வயது வரம்பு - 20

அதிகபட்ச வயது வரம்பு

    பொது - 20 - 25 = 25, OBC - 25 + 3 = 28,
    SC/ST - 25 + 5 = 30

படிப்புத் தகுதி:

ஏதேனும் ஒரு பட்டப்படிப்பு (Any Degree) போதுமானது

தேர்வு முறை:

1. Written Exam
2. Physical Efficiency Test
3. Personality Test

1. Written Examination:

Paper I	General Ability and Intelligence	250 Makrs (Objective type)
Paper II	General Studies, Essay and Comprehension	200 Marks (Descriptive type)

General Studies மற்றும் Essay - என்ற இவ்விரண்டு தேர்வுத்தாள்களை ஆங்கிலம் மற்றும் இந்தி என்ற ஏதாவது ஒரு மொழியில் விடையளிக்கலாம். ஆனால் Precis writting, comprehension, communication / language skills - என்ற இப்பகுதிகளை ஆங்கிலத்தில் மட்டுமே எழுத வேண்டும்.

2. Physical Efficiency Test (PET):

எழுத்துத் தேர்வில் தேர்ச்சி பெற்றவர்கள் Physical Standards, Physical Efficiency Test மற்றும் Medical Standard Test போன்றவைகளுக்கு அழைக்கப்படுவர்.

Physical Efficiency Tests (PET)		
	Male	Female
100 Meters race	In 16 seconds	In 18 seconds
800 Meters race	In 3 minutes 45 seconds	In 4 minutes 45 seconds
Long Jump	3.5 Meters (3 chances)	3.0 meters (3 chances)
Shot Put (7.26 Kgs.)	4.5 Meters	NA
*Pregnancy at the time of PET will be a disqualification and pregnant female candidate will be rejected.		

3. Personality Test:

மேற்கண்ட தேர்வுகளில் தேர்ச்சி அடைந்தவர்களை UPSCக்கு நேர்காணலுக்கு அழைக்கின்றனர். நேர்காணலில் மொத்தம் 150 மதிப்பெண்கள். அனைத்து தேர்வு மதிப்பெண்களையும் சேர்த்து இறுதித்தரப்பட்டியல் தயாரிக்கப்படுகிறது. தரவரிசை அடிப்படையிலும் அவரவர்கள் கொடுத்திருந்த விருப்பத்தின் (option) அடிப்படையிலும் தேர்ச்சி அடைந்தவர்களுக்கு பணி BSF, CRPF, CISF, ITBP மற்றும் SSB என்ற organisation-களில் ஒதுக்கப்படுகின்றது. பின்னர் அந்தந்த Training Academy-யில் அவர்களுக்கு பயிற்சி அளிக்கப்படுகிறது. பயிற்சிக்குப் பின் Assistant Commandant-களாக ஒவ்வொரு company-யிலும் பின்னர் company Commandant-களாக பணியமர்த்தப்பட்டு ஒரு Battalion-க்கு தலைமை பொறுப்பு வகிக்கிறார்கள். அதன் பிறகும் DIG (Deputy Inspector General), IG (Inspector General) என பதவி உயர்வு பெறுகின்றனர்.

vii. Combined Medical Service Examination:

மத்திய மருத்துவ பணிகளை தேர்வு செய்யும் இத்தேர்வையும் UPSC ஆண்டுதோறும் நடத்-துகிறது. இத்தேர்வில் தேர்ச்சி பெறுபவர்கள் கீழ்க்கண்ட அமைப்புகளில் மருத்துவர்களாக பணியமர்த்தப்படுகின்றனர்.

a. Assistant Divisional Medical Officer in Railways

b. Assistant Medical Officer in Indian Ordnance Factories Health Services.

c. Central Health Service

d. General Duty Medical Officer in Delhi Municipal Corporation

வயது வரம்பு:

குறைந்தபட்ச வயது வரம்பு - 21

அதிகபட்ச வயது வரம்பு

பொது - 32
OBC - 32+3 = 35
SC/ST - 32+ 5 = 37

படிப்புத் தகுதி:

A MBBS degree from a recognised University

தேர்வு முறை:

Part I - Computer Based Examination - 500 Marks
Part II - Personality Test - 100 Marks

Computer Based Examination:

Paper I	General Ability General Medicine Pediatrics	250 Marks
Paper II	Surgery Gynaecology & Obstetrics Preventive Social Medicine	250 Marks

எல்லா தேர்வுகளையும் ஆங்கிலத்திலேயே பதிலளிக்க வேண்டும். மேலும் Objective Type கேள்விகளாக ஆங்கிலத்திலேயே கேட்கப்பட்டிருக்கும். இந்த Computer based தேர்வில் தேர்ச்சி அடைந்தவர்களுக்கு UPSC-யில் நேர்முகத் தேர்வு நடத்தப்படுகிறது. இறுதியில் தரப்பட்டியல் (Rank) தயாரிக்கப்பட்டு தேர்ச்சியடைந்தவர்களுக்கு பணி ஒதுக்கப்படுகின்றது.

viii. Combined Defence Services Examination:

UPSC நடத்தும் போட்டித் தேர்வுகளில் மிக முக்கியத்துவம் வாய்ந்தவைகளில் ஒன்று இத்தேர்வாகும். நம் நாட்டின் முப்படை பாதுகாப்புத் துறைகளின் அதிகாரிகள் இத்தேர்வின் மூலம் தேர்ந்தெடுக்கப்படுகின்றனர். இவர்களுக்கு கீழ்க்கண்ட Academy-களில் கடுமையான பயிற்சி அளிக்கப்படுகிறது. அவையாவன:

1. Indian Military Academy, Dehradun
2. Indian Naval Academy, Ezhimala
3. Air Force Academy, Hyderabad
4. Officer Training Academy, Chennai

மேற்கண்ட முதல் மூன்று பிரிவுகளிலும் நிரந்தர பணியில் ஆண்கள் மட்டுமே தேர்ந்தெடுக்கப்படுகின்றனர். Officer Training Academy-யில் ஆண்கள் மற்றும் பெண்கள் தேர்ந்தெடுக்கப்பட்டு Short Service Commission அடிப்படையில் Non-Technical பிரிவில் சேர்க்கப்படுகிறார்கள்.

வயது வரம்பு	படிப்புத் தகுதி
IMA - Unmarried Male - 18 - 23	Any Degree
INA - Unmarried Male - 18 - 23	Any Engineering Degree
Air Force Academy - 20 - 24	B.E., / Degree with Physics & Maths
OTA - (Men) unmarried - 18 - 24	Any Degree
OTA - (Women) unmarried - 18 - 24	Any Degree

தேர்வு முறை:
    a. எழுத்துத் தேர்வு
    b. Interview for Intelligence & Personality test

a. எழுத்துத் தேர்வு : (for IMA, INA, IAF)
1. English - 2 hours - 100 Marks
2. General Knowledge - 2 hours - 100 marks
3. Elementary Maths - 2 hours - 100 marks (Matric Standard)

For Officer Training Academy
1. English - 2 hours - 100 Marks
2. General Knowledge - 2 hours - 100 marks

அனைத்து தேர்வுகளும் Objective Type முறையில் மட்டுமே அமைந்திருக்கும். மேலும் ஆங்கிலம் மற்றும் இந்தி மொழிகளில் இருக்கும். OTA - விற்கு Elementary Maths தேர்வுத்தாள் கிடையாது.

Interview:
    For IMA, INA, IAF - 300 marks
    For OTA - 200 marks

மேற்கண்ட அனைத்து பிரிவுகளிலும் தேர்ந்தெடுக்கப்பட்டவர்கள் அவரவர்களின் பயிற்சிக்குப் பின் கீழ்க்கண்டவாறு பணி உயர்வு பெற்று சிறப்பாக பணியாற்றுகின்றனர்.

- Lieutenant
- Captain
- Major
- Lieutenant Colonel
- Colonel
- Brigadier
- Major - General
- Lieutenant General

இறுதியாக, COAS -
- Chief of Army Staffs
- Chief of Navy Staffs
- Chief of Air Force

என பதவி உயர்வு பெறுகின்றனர்.

ix. National Defence Academy and Naval Academy Examination:

UPSC நடத்தும் மற்றொரு பாதுகாப்புத் துறையின் மிக முக்கியமான தேர்வுகளில் ஒன்றாகும்.

    Age limit - 16-19 வயது வரை உள்ளவர்கள் மட்டும்.

    Marital Status - Unmarried Male Candidates.

படிப்புத் தகுதி

Army Wing of NDA - 12th pass (10+2 pattern)

Navy and Airforce wing of NDA and for 10+2 Cadet **Entry Scheme of Indian Naval Academy -** 12th pass (10+2 pattern) with Physics & Maths Subjects.

தேர்வு முறை:

a. எழுத்துத் தேர்வு - 900 மதிப்பெண்கள்
b. Intelligence & Personality test - 900 மதிப்பெண்கள்

எழுத்துத் தேர்வு :

Paper I Mathematics - 2.30 மணி நேரம் 300 மதிப்பெண்கள்

Paper II General Ability Test - 2.30 மணி நேரம் 600 மதிப்பெண்கள்

எல்லா கேள்விகளும் ஆங்கிலம் மற்றும் இந்தி மொழிகளில் Objective Type-ல் அமைந்திருக்கும்.

Paper II - English, General Knowledge, Physics, Chemistry, General Science, History and Freedom Movement, Geography, Current Affairs போன்றவற்றிலிருந்து கேள்விகள் கேட்கப்படுகின்றன.

Intelligence and Personality Test:

Stage I - OIR - Officer Intelligence Rating
PP & DT - Picture Perception & Description Test

Stage II - Interview, Group Testing Officer Task, Psychology Test and the Conference.

என இரண்டு stage-களாக நடத்தப்படுகிறது. தேர்வை எதிர்கொள்பவர்களின் personality கீழ்வரும் வல்லுநர்களால் மதிப்பிடப்படுகின்றது. அவர்கள்,

1. Interviewing Officer

2. Group Testing Officer

3. Psychologist

இம்முறைகளில் தேர்ந்தெடுக்கப்படுபவர்கள் Army, Navy மற்றும் Air Force என்ற மூன்று பாதுகாப்புத் துறையிலும் பணி தரப்பட்டு முதலில் Academic and Physical Training மூன்று வருடங்களுக்கு கொடுக்கப்படுகின்றனர். இவர்கள் அனைவருக்கும் National Defence Academy, Khadakwasla, Pune, Maharashtra-வில் இப்பயிற்சி வழங்கப்படுகின்றது. இது ஒரு Inter Service Institution ஆகும். முதல் இரண்டரை வருடம் மூன்று படைகளின் பயிற்சியாளர்களுக்கும் பொதுவாக National Defence Academy-யில் இப்பயிற்சி அளிக்கப்படுகின்றது. இப்பயிற்சியாளர்கள் Cadets என்று அழைக்கப்படுகிறார்கள். எல்லா Cadets-களும் பயிற்சி முடிந்து Passing Out ஆன பிறகு Jawaharlal Nehru University, New Delhi-ன் மூலம் கீழ்க்கண்ட பட்டங்கள் (Degree) வழங்கப்படுகின்றன.

Army Cadets   -   B.Sc. / B.Sc (Computer) / B.A.
Naval Cadets   -   B. Tech.
Air Force Cadets - B. Tech.

இறுதியாக National Defence Academy-யிலிருந்து, Army Cadets - Indian Military Academy, Dehradun-க்கும், Naval Cadets - Indian Navy Academy, Ezhimala-கும், Air Force Cadets - Air Force Academy, Hyderabad-கும் அனுப்பப்படுகிறார்கள். அங்கு அவர்களுக்கு ஒரு வருட சிறப்புப் பயிற்சி (Specialised Training) அளிக்கப்படுகின்றது.

முப்படைகளின் பதவிகள்		
Army	**Navy**	**Air Force**
Lieutenant	Sub Lieutenant	Flying Officer
Captain	Lieutenant	Flight Lieutenant
Major	Lt. Commander	Squadron Leader
Lieutenant Colonel	Commander	Wing Commander
Colonel	Captain	Group Captain
Brigadier	Commodore	Air Commodore
Major General	Rear Admiral	Air Vice Marshal
Lieutenant General	Vice Admiral	Air Marshal
General	Admiral	Air Chief Marshal

x. Special Class Railway Apprentices (SCRA) Examination:

UPSC நடத்தும் இத்தேர்வானது Indian Railway-ல் நான்கு வருடம் Apprenticeship பயிற்சிக்காக நடத்தப்படுகின்றது. பயிற்சிக்குப் பிறகு தேர்ச்சியானவர்கள் IRSME - Indian Railway Service of Mechanical Engineering Class-I Officer ஆக பணியமர்த்தப்படுகிறார்கள்.

படிப்புத் தகுதி

+2 - 1st மற்றும் 2nd Division with Mathematics and Physics or Chemistry என்ற ஏதாவது ஒரு பாடம் எடுத்திருக்க வேண்டும்.

வயது வரம்பு: குறைந்தபட்ச வயது வரம்பு - 17

அதிகபட்ச வயது வரம்பு

பொது - 21, OBC- $21+3 = 24$, SC/ST - $21+ 5 = 26$

தேர்வு முறை:

a. எழுத்துத் தேர்வு

Paper I	General Ability Test	2 hours	200 marks
Paper II	Physical Science (Physics & Chemistry)	2 hours	200 marks
Paper II	Mathematics	2 hours	200 marks
	Total		600

எல்லா தேர்வு தாள்களும் ஆங்கிலத்தில் மட்டுமே இருக்கும். மேலும் Objective Type கேள்விகளாக அமைந்திருக்கும்.

SSC

Staff Selection Commission Examinations

(www.ssc.nic.in)

மத்திய அரசு பணிகளில் UPSC - அகில இந்திய பணிகள் (All India Services), Group A மற்றும் Group B (Gazette) போன்ற பணிகளை நிரப்புவதற்கு ஆண்டுதோறும் போட்டித் தேர்வுகளை நடத்துகிறது. அதுபோல் மத்திய அரசு பணிகளான மற்ற இதர பிரிவுப்பணிகளை Staff Selection Commission (SSC) ஆண்டுதோறும் போட்டித் தேர்வுகளை நடத்தி Group B (Non Gazette), Group C மற்றும் Group D பணிகளை நிரப்புகின்றது. ஒப்பிட்டு பார்த்தோமானால், UPSC காலியிடங்களைவிட பல மடங்கு அதிக காலியிடங்களை வெவ்வேறு Organisations-களில் SSC போட்டித் தேர்வு நடத்தி நிரப்புகிறது. எனவே போட்டியாளர்களுக்கு எளிதில் தம்மை தயார்படுத்திக் கொண்டு தாம் விரும்பும் பதவிகளுக்கு செல்ல வாய்ப்பை அதிகமாக தருவது SSC ஆகும். தமிழ்நாட்டு மாணவர்கள் அதிகம் இப்போட்டித் தேர்வுகளில் பங்கேற்பது இல்லை என்பதே நிதர்சன உண்மையாகும். UPSC-யில் குடிமைப் பணி தேர்வில் காட்டும் ஆர்வம்கூட SSC தேர்வுகளில் காட்டுவதில்லை. ஆனால் அதிக வாய்ப்பு இத்தேர்வில் உள்ளது என்பதை நாம் உணர்வதில்லை. அதுபோல, இத்தேர்வுகளில் தேர்வானவர்கள் மிகச் சில வருடங்களிலேயே Group A Gazette பணி பதவி உயர்வு பெற்று விடுகிறார்கள் என்பதை நாம் உணர வேண்டும். அதுவும் மிக முக்கியமான பல்வேறு Organization-களில் காலிப் பணியிடங்கள் நிரப்பப்படுகின்றன. இப்போது என்னென்ன தேர்வுகளை SSC நடத்துகிறது, அப்பணிகளின் தன்மை போன்றவற்றை விரிவாகக் காணலாம்.

i. Combined Higher Secondary Level (CHSL) - Examination

இத்தேர்வில் தேர்ச்சி பெறுபவர்கள் பயிற்சிக்குப் பின் கீழ்க்கண்ட பணிகளைப் பெறுகின்றனர்.

a. Postal Assistants (PA) / Sorting Assistants (SA)
b. Data Entry Operator (DEO)
c. Lower Division Clerk (LDC)
d. Court Clerk

படிப்புத் தகுதி:
+2, Data Entry Operator (DEO) பதவிக்கு மட்டும் +2 with Science Stream மற்றும் Mathematics ஒரு பாடமாக எடுத்திருத்தல் வேண்டும்.

வயது வரம்பு :

குறைந்தபட்ச வயது வரம்பு - 18

அதிகபட்ச வயது வரம்பு

பொது - 27, OBC - 27 + 3 = 30, SC/ST - 27 + 5 = 32

PwD - (General) - 27 + 10 = 37

PwD - (OBC) - 27 + 13 = 40

PwD - (SC/ST) - 27 + 15 = 42

EX SERVICEMEN (GENERAL) - 27+3=30

EX SERVICEMEN (OBC) - 27+6=33

EX SERVICEMEN (SC/ST) - 27+8=35

WIDOW/DIVORCED WOMEN(GENERAL) - 35

WIDOW/DIVORCED WOMEN (OBC) - 38

WIDOW/DIVORCED WOMEN (SC/ST) - 40

தேர்வு முறை:

இத்தேர்வு மூன்று அடுக்குகளாக நடைபெறுகின்றது. அவை,
1. Computer Based Test (Tier-I)
2. Descriptive Paper (Tier-II)
3. Typing Test / Skill Test (Tier-III)

Tier I:

Tier I தேர்வு Online மூலமாக நடத்தப்படும் Computer Based தேர்வாகும். நான்கு பிரிவுகளாக இத்தேர்வு நடத்தப்படும். அவையாவன:

1.	General Intelligence	25 Questions	50 Marks
2.	English	25 Questions	50 Marks
3.	Quantitative Aptitude	25 Questions	50 Marks
4.	General Awareness	25 Questions	50 Marks
	Total	100 Ques.	200 Marks

எல்லா கேள்விகளும் Objective type முறையில் ஆங்கிலம் மற்றும் இந்தி மொழிகளில் அமைக்கப்பட்டிருக்கும். Negative மதிப்பெண் உள்ளது.

Tier II:

இது Descriptive type முறை தேர்வு ஆகும். மொத்தம் 100 மதிப்பெண்கள். ஒரு மணி நேரத்தில் தேர்வெழுத வேண்டும். Essay, Letter Writting மற்றும் Applications போன்றவை பாடத் திட்டங்களாக வரும்.

Tier III:

Typing Test/Skill Test. இத்தேர்வு Lower Division Clerk மற்றும் Data Entry Operator பணிகளுக்கு தேர்வு எழுதுபவர்களுக்கு மட்டுமே பொருந்தும். அதுவும் இத்தேர்வு ஒரு தகுதித் தேர்வு மட்டுமே ஆகும். (Qualifying in nature)

ஒவ்வொரு Tier-லும் தேர்ச்சி பெறுபவர்கள் அடுத்த Stage-க்கு அனுமதிக்கப்படுகிறார்கள். இப்படியாக மூன்று Tier தேர்வுகளிலும் தேர்ச்சி அடைந்தவர்கள் மேற்கூறிய பணிகளை அவரவர்களின் விருப்பம் மற்றும் தர வரிசை அடிப்படையில் பெறுகின்றனர்.

ii. Combined Graduate Level (CGL) - Examinations

SSC நடத்தும் மிக முக்கியமான தேர்வுகளில் இத்தேர்வும் ஒன்றாகும். ஏனெனில் பட்டப்படிப்புத் தகுதியில் மிக முக்கியமான Group B மற்றும் C பணிகளில் அமர்வதற்கு இத்தேர்வுவை எதிர்கொள்வது அவசியமாகும். இத்தேர்வில் தேர்ச்சி பெறுபவர்கள் மிகக்குறைந்த சில வருட அனுபவத்திற்குப் பிறகு Group A பணிகளில் பதவி உயர்வு பெற்று மிக முக்கிய மத்திய அரசுப் பணிகளில் பல துறைகளில் சிறப்பாக பணியாற்றுகின்றனர்.

இத்தேர்வு நான்கு Tier-களாக நடத்தப்படுகின்றது.

Tier - I	- Computer Based Exam
Tier - II	- Computer Based Exam
Tier - III	- Descriptive Exam
Tier - IV	- Skill Test

படிப்புத் தகுதி:

ஏதேனும் ஒரு பட்டப்படிப்பு (Any Degree) மேலும் விருப்பத் தகுதியாக (Desirable Qualification) கீழ்வருவன உள்ளன.

1. **Assistant Audit Officer**
   CA (Charted Accountants / Company Secretary / MBA (Finance)
2. **Assistant Account Officer**
   CA (Charted Accountants / Company Secretary / MBA (Finance)
3. **Statistical Investigator**
   Bachelor Degree with 60% Marks in Maths in 12th Class / Degree in Statistics

வயது வரம்பு :
குறைந்தபட்ச வயது வரம்பு - 20
அதிகபட்ச வயது வரம்பு
பொது - 30, OBC - 30+3 = 33, SC/ST - 30+5 = 35

PwD (General) - 30+10 =40, PwD (OBC) - 30+13 = 43, PwD (SC/ST) - 30+15 = 45, EX SERVICEMEN +3 - for all Categories, WIDOW/DIVORCED WOMEN- Upto 35 years (OBC, GEN), SC/ST = Upto 40 years

Group wise CGL Examination Posts:

Group B	Group C
Assistant Section Officer	
Assistant Audit Officer	
Divisional Accountant	Senior Secretariat
Assistant Account Officer	Assistants
Assistants	Sub Inspector
Inspector	Tax Assistant
Assistants / Superintendents	Auditor
Inspector (Central Excise)	Accountant / Junior Accountant
Inspector (Examiner)	
Sub-Inspector	
Inspector (Preventive Officer)	
Assistant Enforcement Officer	
Inspector of Post	
Junior Statistical Officer	

தேர்வு முறை:

Tier I - Exam : (Computer Based Examination)

1. General Intelligence & Reasoning	25 Questions	50 Marks
2. General Awareness	25 Questions	50 Marks
3. English	25 Questions	50 Marks
4. Quantitative Aptitude	25 Questions	50 Marks
Total	100 Questions	200 Marks

Tier II - Exam : (Computer Based Examination)

1. Quantitative Abilities	100 Questions	200 Marks
2. English language & Comprehension	200 Questions	200 Marks
3. Statistics	100 Questions	200 Marks
4. Finance and Accounts	100 Questions	200 Marks
Total	500 Questions	800 Marks

Tier III:

Descriptive Type Examination இதில் ஆங்கிலம் மற்றும் இந்தி என ஏதாவது ஒரு மொழியில் விடை அளிக்கலாம். Essay / Letter / Application / Precis - களில் இருந்து கேள்வி கேட்கப்படும். மொத்தம் மதிப்பெண்கள் 100 ஆகும். (80 minutes) (Qualifying in Nature)

Tier IV:

இது ஒரு DEST (Data Entry Speed Test) மற்றும் CPT (Computer Proficiency Test) தேர்வாகும். (CPT - Qualifying in Nature)

இந்நான்கு Tier தேர்வுகளிலும் தேர்ச்சி அடைந்தவர்கள் மேற்கண்ட பதவிகளில் அவரவர்களின் பயிற்சி காலம் முடிந்த பின் அமர்த்தப்படுகிறார்கள்.

iii. Recruitment of Sub-Inspectors in Delhi Police, CAPF (Central Armed Police Forces) and Assistant Sub-Inspectors in CISF (Central Industrial Security Force) Examinations:

இத்தேர்வு SSC-யால் நடத்தப்படுகிறது. மாநில அளவில் Sub-Inspectors தேர்வு அந்தந்த மாநில சீருடை பணியாளர் தேர்வாணையம் மூலம் நடத்தப்படுகிறது. ஆனால் மத்திய Organisation-களான

CRPF	-	Central Reserve Police Force
BSF	-	Border Security Force
ITBP	-	Indo-Tibetan Border Police
SSB	-	Sashastra Seema Bal
CISF	-	Central Industrial Security Force

இவைகளிலும், Delhi Police-லும் இத்தேர்வில் வெற்றி பெறுபவர்கள் அவர்களின் கடுமையான பயிற்சிக்குப் பின் அவரவர்களின் தர வரிசை அடிப்படையிலும், விருப்பத்தின் அடிப்படையிலும் பணியமர்த்தப்படுகிறார்கள்.

வயது வரம்பு : குறைந்தபட்ச வயது வரம்பு - 20

அதிகபட்ச வயது வரம்பு

பொது - 25, OBC - 25+3 = 28, SC/ST - 25+5 = 30

EX SERVICEMEN (GEN) - 25+3=28

EX SERVICEMEN (OBC) - 25+6=31

EX SERVICEMEN (SC/ST) - 25+8=33

படிப்புத் தகுதி:

ஏதேனும் ஒரு பட்டப்படிப்பு (Any Degree).

தேர்வு முறை:

இரண்டு தேர்வு தாள்கள் கொண்டது இந்த தேர்வு ஆகும். அவையாவன:

Paper I

Part I	General Intelligence & Reasoning	50 Questions	50 Marks
Part II	General Knowledge & General Awareness	50 Questions	50 Marks
Part III	Quantitative Aptitude	50 Questions	50 Marks
Part IV	English Comprehension	50 Questions	50 Marks
	Total	200 Questions	200 Marks

இரண்டு மணி நேரம் கொண்டது இத்தேர்வாகும். Multiple Choice type-ல் கேள்விகள் அமைந்திருக்கும். ஆங்கிலம் மற்றும் இந்தி மொழிகளில் கேள்விகள் இருக்கும். இது ஒரு Computer Based Exam ஆகும். Negative Marking உள்ளது.

Paper II

| English Language & Comprehension | 200 Questions | 200 Marks |

இந்தத் தேர்வுத் தாளும் இரண்டு மணி நேரம் கொண்டதாகும். இத்தேர்வில் தேர்ச்சியடைந்தவர்கள் PET (Physical Efficiency Test), PST (Physical Standard Test) மற்றும் Medical Examination போன்றவைகளுக்கு உட்படுத்தப்படுகிறார்கள்.

PET (Physical Efficiency Test) - ஆண்களுக்கு:

    100 மீட்டர் ஓட்டம்   - 16 விநாடிகள்
    1.6 கி.மீ. ஓட்டம்   - 6.5 நிமிடங்கள்
    நீளம் தாண்டுதல்   - 3.6 மீட்டர் (3 chances)
    உயரம் தாண்டுதல்   - 1.2 மீட்டர் (3 chances)
    குண்டு எறிதல் (16 lbs)   - 4.5 மீட்டர் (3 chances)

PET (Physical Efficiency Test) - பெண்களுக்கு:

    100 மீட்டர் ஓட்டம்   - 18 விநாடிகள்
    800 மீட்டர் ஓட்டம்   - 4 நிமிடங்கள்
    நீளம் தாண்டுதல்   - 2.7 மீட்டர் (3 chances)
    உயரம் தாண்டுதல்   - 0.9 மீட்டர் (3 chances)

இவையெல்லா தேர்வுகளிலும் வெற்றி பெற்றவர்கள் Sub-Inspector-களாக பணியமர்த்தப்படுவார்கள்.

iv. Junior Engineer (Civil, Mechanical, Electrical and Quantity Surveying & Contract) Examination:

Engineering பிரிவுகளில் SSC நடத்தும் முக்கியமான தேர்வு இதுவாகும். Junior Engineer-Group B (Non Gazette) பணிகள் கீழ்க்கண்ட Organisations-களில் நிரப்பப்படுகிறது.

Central Water Commission	JE (Civil, Mechanical)
Central Public Works Department	JE (Civil, Electrical)
Department of Posts	JE (Civil)
MES	JE (Civil, Electrical, Mech, Quantity Surveying & Contract)
Farakka Bridge Project	JE (Civil, Mech, Electrical)
Border Roads Organization	JE (Electrical, Mech)
Central Water Power Research Station	JE (Electrical, Mech)
Directorate of Quantity Assurance (Naval)	JE (Naval Quantity Assurance, Mech, Electrical)
NTRO- National Technical Research Organization	JE (Civil, Mech, Electrical)

வயது வரம்பு : குறைந்தபட்ச வயது வரம்பு - 27

அதிகபட்ச வயது வரம்பு

பொது - 32, OBC - 32+3 = 35, SC/ST - 32+5 = 37, PwD (GEN) - 32+10, PwD (OBC) - 32+13, PwD (SC/ST) - 32+15. EX SERVICEMEN (GEN) - 32+3, EX SERVICEMEN (OBC) - 32+6, EX SERVICEMEN (SC/ST) - 32+8,

படிப்புத் தகுதி:

Diploma in Civil, Mech, Electrical Engineering

தேர்வு முறை: இரண்டு தேர்வு தாள்கள் கொண்டது இந்த தேர்வு ஆகும். இதில் Paper I - ஒரு Computer Based Examination - Objective Type ஆகும். இரண்டு மணி நேரம் கொண்டது ஆகும்.

Paper	Sections	marks	Time
Paper - I	General Awareness	50	2 Hrs
	General Intelligence and Reasoning	50	
	Part A- General Engineering (Civil & Structural)	100	
	Part B- General Engineering (Electrical)		
	Part C- General Engineering (Mechanical)		
Paper - II	Part A- General Eng. (Civil & Structural)	300	2 Hrs
	Part B- General Eng. (Electrical)		
	Part C- General Eng. (Mechanical)		

Paper II என்பது ஒரு Conventional Type தேர்வாகும். General Engineering & Electrical Engineering-லிருந்து கேள்விகள் கேட்கப்படும். இது ஒரு எழுத்துத் தேர்வு ஆகும்.

இந்த இரண்டு தேர்வுகளிலும் தேர்ச்சியடைந்தவர்கள் Junior Engineers-களாக அவரவர்களின் தரவரிசை (Rank) மற்றும் விருப்பம் (Option) அடிப்படையில் பயிற்சி தரப்பட்டு பணியமர்த்தப்படுகிறார்கள்.

v. Scientific Assistants in India Meteorological Department Examination:

இது SSC நடத்தும் ஒரு Group B (Non Gazette) தேர்வாகும்.

வயது வரம்பு :

குறைந்தபட்ச வயது வரம்பு -18

அதிகபட்ச வயது வரம்பு

    பொது - 30, OBC - 30 + 3 = 33, SC/ST - 30 + 5 = 35,

    PwD - 30 + 10 = 40, EX SERVICEMEN - 30 + 3 = 33

படிப்புத் தகுதி:

Bachelor Degree in Science (with Physics as one of the subjects) / Computer Science / Information Technology / Computer Applications (or) Diploma in Electronics and Telecommunications Engineering & 10 +2 with Physics and Mathematics as core subjects.

தேர்வு முறை:

ஒரு தேர்வுத்தாள் இரண்டு பாகங்களைக் கொண்டது.
இது ஒரு Objective Type - Computer Based Examination ஆகும். இரண்டு மணி நேரம் இத்தேர்வுத் தாளுக்கு ஒதுக்கப் பட்டிருக்கிறது.

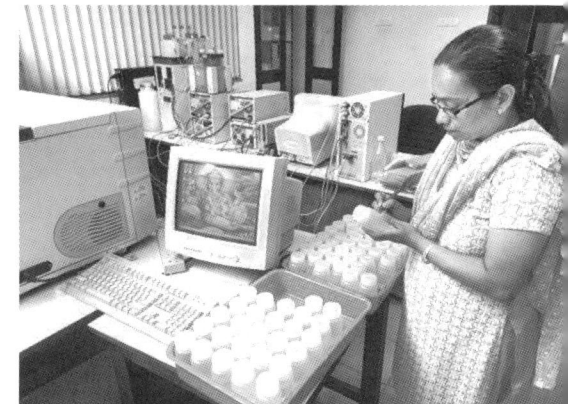

Paper I

Part I	
1. General Intelligence & Reasoning	25 Questions
2. Quantitative Aptitude	25 Questions
3. English Language & Comprehension	25 Questions
4. General Awareness	25 Questions
Total	100 Questions

Paper II	
Physics, Computer Science, Information Technology, Electronics and Telecommunication Engineering	100 questions

இத்தேர்வில் மட்டும் தேர்ச்சியடைந்தவர்கள் Scientific Assistants-களாக India Meteorological Department-ல் பயிற்சிக்குப் பிறகு பணியமர்த்தப்படுகின்றனர்.

vi. Stenographers (Grade C & D) Examination:

இத்தேர்வை எதிர்கொள்பவர்கள் Steno Grade 'C' (Group B - Non Gazette) மற்றும் Stenographer Grade 'D' (Group C - Non Gazette) போன்ற பதவிகளில் தேர்ச்சியடைந்த பின் பயிற்சிக்குப்பின் நியமிக்கப்படுகின்றனர்.

வயது வரம்பு : குறைந்தபட்ச வயது வரம்பு - 18

அதிகபட்ச வயது வரம்பு

பொது - 27, OBC - 27 + 3 = 30, SC/ST - 27 + 5 = 32, PwD - 30 + 15 = 45, EX SERVICEMEN (GEN) - 27 + 3 = 30, EX SERVICEMEN (OBC) - 27 + 6 = 33, EX SERVICEMEN (SC/ST) - 27 + 8 = 35, WIDOW / DIVORCED WOMEN (GEN) - 27 + 8 = 35, WIDOW / DIVORCED WOMEN (OBC) - 27 + 11 = 38, WIDOW / DIVORCED WOMEN (SC/ST) - 27 + 13 = 40.

படிப்புத் தகுதி:
12th Std மற்றும் Diploma / Certificate in Stenography

தேர்வு முறை:
இத்தேர்வு ஒரு Multiple Choice - Computer Based தேர்வு ஆகும். ஆங்கிலம் மற்றும் இந்தி மொழிகளில் கேள்விகள் அமைந்திருக்கும். இரண்டு மணி நேரம் தேர்வு நேரம் ஆகும்.

Part I

1. General Intelligence & Reasoning	25 Questions	50 Marks
2. General Awareness	25 Questions	50 Marks
3. English Language & Comprehension	100 Questions	100 Marks

Paper II - Skill Test: எழுத்துத் தேர்வில் தேர்ச்சியடைந்தவர்கள் Stenography Skill Test-க்கு அனுமதிக்கப்படுகிறார்கள். இத்தேர்வு ஒரு தகுதித் தேர்வு மட்டுமே ஆகும் (Qualifying in Nature).

(1) Dictation: 10 நிமிடங்கள் ஆங்கிலம் அல்லது இந்தி மொழி. Speed 100 WPM for Grade C Stenographer, Speed 80 WPM for Grade D Stenographer

(2) Transcription: Grade C Stenographer - 40 நிமிடங்கள் ஆங்கிலம் அல்லது 55 நிமிடங்கள் இந்தி, Grade D Stenographer, 50 நிமிடங்கள் ஆங்கிலம் அல்லது 65 நிமிடங்கள் இந்தி

இத்தேர்வில் வெற்றி பெறுபவர்களுக்கு பல்வேறு அமைச்சகங்கள் மற்றும் அரசு அலுவலகங்களிலும், தனியார் நிலையங்களிலும் வேலை வாய்ப்பு காத்துக் கொண்டிருக்கிறது என்றே சொல்லலாம். மேலும் National, Multi - National Companies, Central Secretariat, Foreign Service, Railway, Armed Forces Head Quarters, Research Design and Standard Organisations, Election Office, Municipal Office, Banking Sector போன்ற பல்வேறு Organisations-களில் வேலையில் அமர்கின்றனர்.

BANKING
RECRUITMENT EXAMINATION
(www.ibps.in)

இது வங்கிப் பணிகளில் போட்டித் தேர்வுகள் நடத்தி பல்வேறு பணிகளை நிரப்புவதற்கு நடத்தப்படும் தேர்வுகளாகும். உதாரணமாக, Probationary Officer (PO), Specialist Officer (SO) மற்றும் Clerical Staffs என பலவகை உண்டு.

Probationary Officer என்பது அடிப்படையாக ஒரு Assistant Manager (உதவி மேலாளர்)-க்கு இணையான பதவியாகும். இத்தேர்வில் பெற்றி பெறுபவர்கள் Institute of Banking Management-ல் இரண்டு வருட பயிற்சி அளிக்கப்படுகிறார்கள். இப்பயிற்சியில் Finance, Accounting, Billing, Investment போன்றவை கற்பிக்கப்படுகின்றன. ஒவ்வொரு வருடமும் எல்லா அரசு மற்றும் தனியார் வங்கிகள் Bank P.O. தேர்வு நடத்தி தேர்வு செய்கின்றனர்.

அவை,	ICICI Bank
State Bank of India	Co-operative Bank
Allahabad Bank	Corporation Bank
Bank of Maharashtra	Syndicate Bank
Punjab National Bank	HDFC Bank
Oriental Bank of Commerce	Indian Bank

என வரிசை நீண்டு கொண்டே இருக்கும். IBPS - Institute of Banking Personnel Selection - IBPS - PO தேர்வை ஆண்டுதோறும் நடத்துகிறது. இதில் தேர்வான PO-க்கள் எல்லோரும் Public Sector Bank, SBI, Associate Banks of SBI - களில் Probationary Officers-களாக பணியமர்த்தப்படுகின்றனர்.

2011ஆம் ஆண்டு முதல் IBPS-CWE (Common Written Examination) நடத்தி Officers மற்றும் Clerical பதவிகளை நிரப்ப Indian Bank ஆரம்பித்தது.

வயது வரம்பு : குறைந்தபட்ச வயது வரம்பு - 20

அதிகபட்ச வயது வரம்பு

பொது - 30, OBC - 30+3 = 33, SC/ST - 30+5 = 35,

PwD - 30+10 = 40, EX SERVICEMEN - 30+5=35

படிப்புத் தகுதி:

ஏதேனும் ஒரு பட்டப் படிப்பு (Any Degree)

தேர்வு முறை:
>Online Preliminary Examination
>Online Main Examination
>Interview

1. Preliminary Examination:

1. English Language	20 mins	30 Questions	30 Marks
2. Numeral Ability	20 mins	35 Questions	35 Marks
3. Reasoning Ability	20 mins	35 Questions	35 Marks
Total	60 mins	100 Questions	100 Marks

ஒரு மணி நேரம் இத்தேர்வுக்கு ஒதுக்கப்பட்டுள்ளது. இது ஒரு Computer Based Examination ஆகும்.

2. Main Examination:

Reasoning & Computer Aptitude	45 Question	60 Marks - 1 hour
English Language	35 Question	40 Marks - 40 min.
Data Analysis & Interpretation	35 Question	60 Marks - 45 min.
General Economy & Banking Awareness	40 Question	40 Marks - 35 min.
English Language (Letter Writing & Essay)	2 Question	25 Marks - 30 min.

Online Preliminary தேர்வில் வெற்றி பெறுபவர்கள் Online Main Examination-ல் அனுமதிக்கப்படுகிறார்கள். இத்தேர்வில் வெற்றி பெறுபவர்கள் நேர்முகத் தேர்வுக்கு அழைக்கப்படுகிறார்கள்.

3. நேர்முகத் தேர்வு (Interview)

நேர்முகத் தேர்வுக்கு மொத்தம் 100 மதிப்பெண்கள் வழங்கப்பட்டுள்ளது. குறைந்தபட்சம் 40 சதவீதம் மதிப்பெண்கள் தகுதி அடிப்படையில் எடுக்க வேண்டும். அதிலும் SC/ST/OBC/PWD தேர்வர்கள் 35 சதவிகிதம் மதிப்பெண்கள் தகுதி மதிப்பெண்களாக வைக்கப்பட்டுள்ளது. நேர்முகத் தேர்வில் போட்டித் தேர்வர்களின்

பல்வேறு திறமைகள் சோதிக்கப்பட்டு அப்பதவிக்கு உகந்தவரா என்பதை உறுதிப்படுத்தும் வகையில் அமைக்கப்பட்டுள்ளது.

முதல் நிலை (Preliminary) மற்றும் முதன்மை (Main) தேர்வில் Negative Marking எனப்படும் முறை நடைமுறையில் உள்ளது. அதாவது நான்கு கேள்விகளுக்கு தவறாக விடையளித்தால் ஒரு சரியான பதிலளித்த கேள்வியின் மதிப்பெண் கழிக்கப்படும். (0.25)

i. SBI (State Bank of India) PO (Probationary Officer) Exam:

SBI-யும் தனியே அதற்கான PO தேர்வு நடத்துகிறது. முறையாக இத்தேர்வுகளுக்கு நம்மை நாம் தயார்படுத்திக் கொள்வோமென்றால் எளிதில் வெற்றி பெற்று வங்கிப் பணியாளர்களாக விரைவில் பதவி பெறலாம். பதவி உயர்வும் காலமுறை அடிப்படையில் எளிதில் கிட்டும்.

No. of Attempts:

General - 4, General (PWD) - 7, OBC/OBC (PWD) - 7, SC/ST & (PWD) - No restriction (எல்லை இல்லை)

வயது வரம்பு : குறைந்தபட்ச வயது வரம்பு -21

அதிகபட்ச வயது வரம்பு

பொது - 30, OBC (Non Creamy layer)- 30 + 3 = 33, SC/ST - 30 + 5 = 35, PwD(GEN) - 30 +10 = 40, PwD (OBC) - 30 + 13 = 43, PwD (SC/ST) - 30 + 15 = 45, EX SERVICEMEN - 30 + 5 = 35

1. Preliminary Examination:		
1. English Language	30 Questions	30 Marks
2. Numerical Ability	35 Questions	35 Marks
3. Reasoning Ability	35 Questions	35 Marks
Total	100 Questions	100 Marks

ஒரு மணி நேரம் இத்தேர்வுக்கு ஒதுக்கப்பட்டுள்ளது. இது ஒரு Computer Based Examination ஆகும்.

2. Main Examination:

Reasoning & Computer Aptitude	45 Questions	60 Marks - 1 hour
English Language	35 Questions	40 Marks - 40 min.
Data Analysis & Interpretation	35 Questions	60 Marks - 45 min.
General Economy & Banking Awareness	40 Questions	40 Marks - 35 min.
Descriptive Test	-	50 Marks - 30 min.

3. நேர்முகத் தேர்வு மற்றும் குழுக் கலந்தாய்வு

(Interview & Group Discussion) :

நேர்முகத் தேர்வுக்கு 30 மதிப்பெண்கள், குழுக் கலந்தாய்வுக்கு 20 மதிப்பெண்கள் என மொத்தம் 50 மதிப்பெண்கள் வழங்கப்பட்டுள்ளது.

முதல் நிலை (Preliminary) மற்றும் முதன்மை (Main) தேர்வில் Negative Marking எனப்படும் முறை நடைமுறையில் உள்ளது. அதாவது நான்கு கேள்விகளுக்கு தவறாக விடையளித்தால் ஒரு சரியான பதிலளித்த கேள்வியின் மதிப்பெண் கழிக்கப்படும்.

ii. IBPS - SO (Specialist Officer) Examination:

Specialist Officers-களை தேர்வு செய்யும் போட்டித் தேர்வுகளையும் ஆண்டுதோறும் IBPS நடத்துகிறது.

Post and Eligibility:

1. Law Officer (Scale-I)

LLB பட்டப்படிப்பு மற்றும் Bar Council-லில் பதிவு செய்திருக்க வேண்டும்.

2. Agricultural Field Officer (Scale-I)

Graduation in Agriculture, Dairy Science, Fishery Science, Agri Marketing & Cooperation, Animal Husbandry, Pisciculture, Horticulture, Agri-Engineering. etc.,

3. **HR/Personnel officer (Scale-I)**

   Graduation in Industrial Relations, Social Work, Labour Law, Personnel Management, HRD

4. **Technical Officer**

   Engineering / Technology degree in Electronics and Communications, Computer Application, Electronics and Communications, Electronics and Instrumentation, Computer Science.

5. **IT Officer**

   Engineering Degree in Computer Science, Computer Applications, Information Technology, Electronics, Electronics & Telecommunications, Electronics & Communication, Electronics & Instrumentation OR Post-Graduate Degree in Electronics, Electronics & Telecommunications, Electronics & Communication, Electronics & Instrumentation, Computer Science, Information Technology, Computer Applications OR Graduate having passed DOEACC 'B' level

6. **Marketing Officer**

   Full-time MMS (Marketing), MBA (Marketing), Fulltime 2 years PGDBA, PGDBM, PGPM, PGDM degree with specialization in Marketing

வயது வரம்பு : குறைந்தபட்ச வயது வரம்பு - 20
அதிகபட்ச வயது வரம்பு
  பொது - 30, OBC - 30+3 = 33, SC/ST - 30+5 = 35,
  PwD - 30+10 = 40, EX SERVICEMEN - 30+5=35

தேர்வு முறை:

முதல் நிலைத் தேர்வு (Preliminary Examination)		
1. Reasoning	35 Questions	35 Marks
2. Quantitative Aptitude	35 Questions	35 Marks
3. English Language	30 Questions	30 Marks
Total	100 Questions	100 Marks

மொத்தம் ஒரு மணி நேரம் இத்தேர்வுக்கு ஒதுக்கப்பட்டுள்ளது.

முதன்மைத் தேர்வு (Main Examination):

Professional Knowledge - 100 questions - 100 Marks. இத் தேர்வுக்கும் ஒரு மணி நேரம் ஒதுக்கப்பட்டுள்ளது. இத்தேர்வில் தேர்வர்களின் பட்டப் படிப்பு மற்றும் விருப்பப்பாடத்திற்கு உகந்த வகையில் அவர்கள் தேர்ந்தெடுக்கும் பதவிகளுக்கு ஏற்ப அந்தந்த பாடங்களிலிருந்து (Subject) கேள்விகள் கேட்கப்படுகின்றது.

இவ்விரண்டு தேர்வுகளிலும் வெற்றி பெற்றவர்கள் இப்பணிகளுக்கு தேர்ந்தெடுக்கப்படுகின்றனர்.

iii. IBPS-RRB (Regional Rural Bank) Recruitment:

IBPS நடத்தும் இத்தேர்வின் மூலம் Office Assistant & Officer Grade I/II/III போன்ற பதவிகளுக்கு தேர்ந்தெடுக்கப்படுகின்றனர்.

வயது வரம்பு :

Officer - Scale III - (Senior Manager)

குறைந்தபட்ச வயது வரம்பு - 21

அதிகபட்ச வயது வரம்பு

பொது - 40, OBC - 43, SC/ST - 45, PwD - 50

Officer - Scale II - (Manager)

குறைந்தபட்ச வயது வரம்பு - 21

அதிகபட்ச வயது வரம்பு

பொது - 32, OBC - 35, SC/ST - 37, PWD - 42

Officer - Scale I - (Assistant Manager)

குறைந்தபட்ச வயது வரம்பு - 18

அதிகபட்ச வயது வரம்பு

பொது - 30, OBC - 33, SC/ST - 35, PWD - 40

Office Assistant (Multi-purpose)

குறைந்தபட்ச வயது வரம்பு - 18

அதிகபட்ச வயது வரம்பு

பொது - 28, OBC - 31, SC/ST - 33, PWD - 38

EX SERVICEMEN - 5 YRS. (FOR POST OF OFFICERS)
WIDOW / DIVORCED WOMEN - 9 YRS.
(FOR POST OF OFFICE ASSISTANTS)

படிப்புத் தகுதி:

Officer Scale I:

ஏதேனும் ஒரு பட்டப்படிப்பு மற்றும் Computer Operating Knowledge இருக்க வேண்டும்.

Officer Scale II:

ஏதேனும் ஒரு பட்டப்படிப்பு மற்றும் குறைந்தபட்சம் 50% மதிப்பெண்கள், குறைந்தபட்சம் இரண்டு ஆண்டு வேலை அனுபவம் இருக்க வேண்டும்.

Officer Scale III:

ஏதேனும் ஒரு பட்டப்படிப்பு மற்றும் குறைந்தபட்சம் 50% மதிப்பெண்களுடன் ஐந்து ஆண்டுகள் வங்கிப்பணிகளில் அனுபவம் அல்லது Financial Institutions-களில் ஐந்து வருட அனுபவம் வேண்டும்.

Office Scale IV:

ஏதேனும் ஒரு பட்டப்படிப்பு

தேர்வு முறை:

Preliminary	80 Marks	45 minutes
Main	200 Marks	2 hours
Single	200 Marks	2 hours

இம்மூன்று stage தேர்வுகள் Officers Rank-க்கும் முதல் இரண்டு தேர்வுகள் Office Assistant தேர்வுக்கும் பொருந்தும். இத்தேர்வுகள் ஆங்கிலம் மற்றும் இந்தி மொழிகளில் விடையளிக்கலாம். Preliminary தேர்வு Reasoning, Quantitative Aptitude போன்றவைகளை உள்ளடக்கியவை ஆகும். Main மற்றும் Single தேர்வுகள் Computer, Reasoning, Quantitative Aptitude, English மற்றும் Financial Awareness போன்ற பாடத் திட்டங்களைக் கொண்டதாகும்.

iv. IBPS - Clerical Recruitment Examination:

இத்தேர்வு வங்கிப் பணிகளில் Clerical பணிகளுக்கு நடத்தப்படுவதாகும்.

வயது வரம்பு :

குறைந்தபட்ச வயது வரம்பு - 20

அதிகபட்ச வயது வரம்பு

பொது - 28, OBC (Non Creamy Layer) - 31, SC/ST - 33

PwD - 38, WIDOW / DIVORCED WOMEN - 37

படிப்புத் தகுதி:

ஏதேனும் ஒரு பட்டப்படிப்பு மற்றும் நல்ல Computer Knowledge இருக்க வேண்டும்.

தேர்வு முறை:

முதல் நிலைத் தேர்வு மற்றும் முதன்மைத் தேர்வு என இரண்டு கட்டத் தேர்வுகள் உள்ளன.

1. முதல் நிலைத் தேர்வு (Preliminary Examination)

1. English Language	20 mins	30 Questions	30 Marks
2. Numerical Ability	20 mins	35 Questions	35 Marks
3. Reasoning Ability	20 mins	35 Questions	35 Marks
	60 mins	100 Questions	100 Marks

மொத்தம் ஒரு மணி நேரம் கொண்டது இத்தேர்வாகும்.

2. முதன்மைத் தேர்வு (Main Examination)

English Language	35 mins	40 Questions	40 Marks
Quantitative Aptitude	45 mins	50 Questions	50 Marks
Reasoning Ability & Computer Aptitude	45 mins	50 Questions	60 Marks
General / Financial Awareness	35 mins	50 Questions	50 Marks
	1 hour 40 mins	190 Questions	200 Marks

மேற்கண்ட இவ்விரண்டு தேர்வுகளிலும் தேர்ச்சியடைந்தவர்கள் வங்கிப் பணிகளில் பயிற்சியளிக்கப்பட்டு வெவ்வேறு வங்கிகளில் Clerical பணிகளில் ஈடுபடுத்தப்படுகின்றனர்.

v. Reserve Bank of India (RBI) - Recruitment: (www.rbi.org.in)

RBI - நேரடியாக பலவிதமான போட்டித் தேர்வுகள் நடத்தி பல பதவிகளை ஆண்டுதோறும் நிரப்புகின்றது. அதில் மிக முக்கியமானது Officers in Grade 'B' (General) - DR, DEPR and DSIM in Common Seniority Group (CSG) Streams - எனும் தேர்வாகும். Reserve Bank of India Services Board - இத்தேர்வுகளை நடத்துகின்றது.

வயது வரம்பு :

குறைந்தபட்ச வயது வரம்பு - 21

அதிகபட்ச வயது வரம்பு

பொது - 30, OBC - 33, SC/ST -35, PwD - 40

படிப்புத் தகுதி:

1. Officers in Grade 'B' (DR) General:

60% மதிப்பெண்கள் குறைந்தபட்சம் ஏதேனும் பட்டப்படிப்பில் மற்றும் 10ஆம் வகுப்பு மற்றும் 12ஆம் வகுப்பிலும் எடுத்திருக்க வேண்டும்.

50% மதிப்பெண்கள் குறைந்தபட்சம் (SC/ST/PwD)

2. Officers in Grade 'B' (DR) - DEPR:

Master Degree in Economics / Econometrics / Quantitative Economics / Mathematical Economics / Integrated Economic Course / Finance with 55% Marks.

50% marks for SC/ST/PWD Candidates.

3. Officers in Grade 'B' (DR) DSIM:

Master Degree in Statistics / Mathematical Statistics / Mathematical Economics / Econometrics / Statistics & Informatics / Applied Statistics & Informatics with 55% marks minimum (or)

Master Degree in Mathematics with minimum 55% marks and one year post-graduate diploma in statistics (or)

M. Stat. Degree from Indian Statistical Institute with minimum 55% marks (or)

Post Graduate Diploma in Business Analytics with minimum 55% marks.

50% minimum marks for SC/ST/PWD candidates.

* DEPR - Department of Economics and Policy Research
* DSIM - Department of Statistics and Information Management
* DR - Direct Recruitment.

Number of Attempts:
பொது - 6 முறை
OBC/SC/ST/PwD - எல்லை இல்லை

தேர்வு முறை:
இத்தேர்வு Online மற்றும் Interview என்ற இரண்டு பாகங்களைக் கொண்டது. இதில் Online தேர்வு இரண்டு Phases-களைக் கொண்டது.

1. Phase I Online Examination: (Objective type)

General Awareness		80 Questions	80 Marks
English Language		30 Questions	30 Marks
Quantitative Aptitude	120 mins	30 Questions	30 Marks
Reasoning		60 Questions	60 Marks
Total		200 Questions	200 Marks

இத்தேர்வுக்கு மொத்தம் இரண்டு மணி நேரம் ஒதுக்கப்பட்டுள்ளது. Phase-I தேர்ச்சியடைந்தவர்கள் Phase-II தேர்வுக்கு அனுமதிக்கப்படுகிறார்கள்.

2. Phase II Online Examination

Paper I	Economic and Social Issues	Objective Type	100 Marks	90 min.
Paper II	English (Writing Skill)	Descriptive Type	100 Marks	90 min.
Paper III	Finance and Management	Objective Type	100 Marks	90 min.

ஆங்கிலத் தேர்வுத் தாளைத் தவிர இதர தாள்களை ஆங்கிலம் மற்றும் இந்தி மொழிகளில் எழுதலாம்.

Interview:

Phase II (Paper I + II + III)-வில் தேர்ச்சியடைந்தவர்களை நேர்முகத் தேர்வுக்கு அழைக்கின்றனர். நேர்முகத் தேர்வுக்கு மொத்தம் 50 மதிப்பெண்கள் உள்ளன. நேர்முகத் தேர்வு மதிப்பெண்களையும் சேர்த்து இறுதித்தர வரிசைப் பட்டியல் தயாரிக்கப்பட்டு வெற்றி பெற்றவர்கள் பணியில் அவர்களது பயிற்சிக்குப் பின் அமர்த்தப்படுகின்றனர். வங்கிப் பணிகளில் மிக உயர்வாக கருதுவது RBI வங்கிப் பணியாகும் என்பது இங்கு குறிப்பிடத்தக்கது ஆகும்.

இப்பணி மட்டுமில்லாமல் Assistants, Specialists, Manager (Technical-Civil), Assistant Manager (Security), Legal Officer in Grade 'B' & Assistant Librarian in Grade 'A' போன்ற பதவிகளுக்கும் RBI-யில் போட்டித் தேர்வுகள் நடத்தப்படுகின்றன.

7. Intelligence Bureau (IB) ACIO Recruitment: (www.mha.gov.in)

மத்திய உளவுத் துறை (IB) ACIO (Assistant Central Intelligence Officer) பதவிகளுக்கு போட்டித் தேர்வுகள் நடத்தி பதவிகளை நிரப்புகின்றது. இது ஒரு புகழ்பெற்ற உலகின் பழமையான உளவுத்துறை ஆகும். இத்துறை Ministry of Home Affairs - அமைச்சகத்தின் கீழ் செயல்படுகிறது. ACIO - என்பது ஒரு Grade II மற்றும் Group 'C' (Non gazetted - Non-Ministerial) Executive பதவி ஆகும்.

வயது வரம்பு :

குறைந்தபட்ச வயது வரம்பு - 18

அதிகபட்ச வயது வரம்பு

பொது - 27, OBC - 30, SC/ST -32, Widow / Divorced Women - 35, Widow / Divorced Women (SC/ST) - 40

படிப்புத் தகுதி: ஏதாவது ஒரு பட்டப்படிப்பு (Any Degree), Computer Knowledge விரும்பத்தக்கது.

தேர்வு முறை:
- Tier I Exam   - 100 Marks
- Tier II Exam   - 50 Marks
- Interview   - 100 Marks

Tier I - தேர்வு			
General Awareness	60 minutes	25 Questions	25 Marks
Quantitative Aptitude		25 Questions	25 Marks
Logical / Analytical Ability		25 Questions	25 Marks
English Language		25 Questions	25 Marks
Total		100 Questions	100 Marks

மொத்தம் ஒரு மணி நேரம் இத்தேர்வுக்கு ஒதுக்கப்பட்டுள்ளது. இது ஒரு Objective type தேர்வு ஆகும். Negative Marking உள்ளது. (0.25)

Tier II - தேர்வு (Descriptive type)		
Essay Writing	60 minutes	30 Marks
English Comprehension & Precis Writing		20 Marks
Total		50 Marks

ஒரு மணி நேரம் இத்தேர்வு நடைபெறுகின்றது. Tier I தேர்வில் வெற்றி பெறுபவர்கள் மட்டுமே Tier II தேர்வுக்கு அனுமதிக்கப்படுகிறார்கள். Tier II தேர்வு ஒரு தகுதித்தேர்வு ஆகும். 33 சதவீதம் மதிப்பெண்கள் எடுப்பது அனைவருக்கும் அவசியமாகும். இவ்விரண்டு தேர்வுகளிலும் தேர்ச்சியடைந்தவர்களை நேர்முகத் தேர்வுக்கு அழைக்கின்றனர்.

நேர்முகத் தேர்வு (Interview):

மொத்தம் 100 மதிப்பெண்கள் இத்தேர்வுக்கு உள்ளன. இதில் உளவுத் துறைக்கு போட்டியாளர்கள் எவ்விதத்தில் பொருத்தமானவர்கள் என்பதை சோதிக்கும் வகையில் கேள்விகள் இருக்கும். இறுதியாக இம்மூன்று தேர்வுகளின் மதிப்பெண்கள் அடிப்பயில் தரவரிசை (Rank) தயாரிக்கப்படுகிறது. பின்னர் அதனடிப்படையில் காலிப் பணியிடங்கள் நிரப்பப்படுகின்றது.

இத்தேர்வில் தேர்ச்சியடைபவர்கள் பயிற்சிக்குப் பின் அகில இந்திய அளவில் எங்கு வேண்டுமானாலும் பணியில் அமர்த்தப்படுவார்கள். இவர்கள் ACIO-II, ACIO-I, DCIO, Assistant Director, Joint Deputy Director - என பதவி உயர்வு பெற்று சிறப்பாகப் பணியாற்றுகின்றனர்.

8. LIC (Life Insurance Corporation) AAO (Assistant Administrative Officer) - Recruitment Examination: (www.licindia.in)

LIC நடத்தும் இத்தேர்வு தற்போது நமது இளைஞர்களிடையே பெரும் வரவேற்பைப் பெற்றுள்ளது. மற்ற போட்டித் தேர்வுகளுக்கு தயார் செய்யும் மாணவர்கள் இந்த தேர்விலும் எளிதில் வெற்றி பெற்று விடுகிறார்கள். ஏறக்குறைய தேர்வு பாடத் திட்டம் ஒரே மாதிரி உள்ளதுதான் இதற்குக் காரணம் ஆகும். இந்த அரசுப் பணி அனுபவம் வாய்ந்த, திறமைமிக்க மற்றும் நல்ல ஆற்றலுற்ற இளைஞர்களிடையே நல்ல இடம் பெற்றுள்ளது.

படிப்புத் தகுதி:

ஏதாவது ஒரு பட்டப்படிப்பு (Any Degree) (or)

ஏதாவது ஒரு பட்ட மேற்படிப்பு (Post Graduation)

வயது வரம்பு :

குறைந்தபட்ச வயது வரம்பு - 21

அதிகபட்ச வயது வரம்பு

பொது - 30, OBC - 30 + 3 = 33, SC/ST - 30 + 5 = 35, PwD (Gen) - 30 +10 = 40, PwD (OBC) - 30 + 13 = 43, PwD (SC/ST) - 30+15 = 45, LIC Employees - 30 + 5 = 35

தேர்வு முறை:

1. Online Examination			
General Knowledge/ Current Affairs	120 minutes	30 Questions	60 Marks
Quantitative Aptitude		30 Questions	90 Marks
Reasoning Ability		30 Questions	90 Marks
English Language		40 Questions	NA
Computer Knowledge Test		30 Questions	60 Marks
Total		160 Questions	300 Marks

இது ஒரு Objective type தேர்வு ஆகும். Negative Marking உள்ளது. (1/4 of the Marks Assigned to that questions)

2. Personal Interview
3. Pre-recruitment Medical Examination

இவ்வாறு மூன்று Stage-களாக இத்தேர்வு நடத்தப்படுகிறது. Online தேர்வுக்கு மொத்தம் இரண்டு மணி நேரம் கொடுக்கப்படுகிறது. 160 கேள்விகள் கேட்கப்படுகிறது.

இம்மூன்று தேர்வு முறைகளிலும் தேர்ச்சி அடைந்தவர்கள் அவர்களது பயிற்சிக்குப்பின் Assistant Administrative Officer-களாக Life Insurance Corporation of India-வில் மத்திய அரசுப் பணிகளில் அமர்கின்றனர்.

9. RRB - Railway Recruitment Board Examination: (www.rrb.gov.in)

இந்திய இரயில்வே பல இலட்சம் பணியாளர்களைக் கொண்ட ஒரு மிகப் பெரிய நிறுவனம் ஆகும். எனவே ஆண்டுதோறும் பல ஆயிரக்கணக்கான காலியிடங்கள் பணி மூப்பு அடிப்படையில் உருவாகுவது நிதர்சன உண்மை. எனவே RRB இக்காலிப் பணியிடங்களை ஆண்டுதோறும் போட்டித் தேர்வுகள் நடத்தி பணியாளர்களைத் தேர்ந்தெடுக்கின்றது. RRB இந்தியாவில் பல்வேறு இடங்களில் தனித்தனியே அந்தந்த ZONE களின் காலியிடங்களை போட்டித் தேர்வுகள் மூலம் நிரப்பி வருகின்றன. அவையாவன:

RRB Ahmedabad	RRB Chandigarh	RRB Thiruvananthapuram
RRB Kolkata	RRB Guwahati	RRB Muzafarpur
RRB Allahabad	RRB Jammu	RRB Malda
RRB Bangalore	RRB Bilaspur	RRB Patna
RRB Bhubaneswar	RRB Ranchi	RRB Ajmer
RRB Bhopal	RRB Secunderabad	RRB Gorakpur
RRB Mumbai	RRB Siliguri	RRB Chennai

உலகத்திலேயே நான்காவது மிகப் பெரிய இரயில்வே நெட்வொர்க் (Railway Network) உள்ளது இந்திய இரயில்வே ஆகும். மொத்த இந்திய இரயில்வே பணிகளை Technical மற்றும் Non-technical என்று இரு பிரிவுகளாகப் பிரிக்கலாம். இதற்கு முன்னர் UPSC மூலம் Group 'A' பணிகளான,

        IRTS - Indian Railway Traffic Service
        IRAS - Indian Railway Accounts Service
        IRPS - Indian Railway Personnel Service

என்ற மூன்று பணிகள் இந்திய இரயில்வே பணிகளாக நிரப்பப்படுகின்றது என்பதை பார்த்தோம். அதேபோல UPSC நடத்தும் IES (Indian Engineering Service)-ல்,

IRSME - Indian Railway Service in Mechanical Engineering
IRSEE - Indian Railway Service in Electrical Engineering
IRSCE - Indian Railway Service in Civil Engineering

போன்ற Technical Service - Group 'A' -க்களையும் நிரப்புகின்றது என்பதைப் பார்த்தோம். இப்பணிகளைத் தவிர Group 'B', 'C', 'D' - Technical மற்றும் Group 'A'-க்களையும் நிரப்புகின்றது என்பதைப் பார்த்தோம். இப்பணிகளைத் தவிர Group 'B', 'C', 'D' - Technical மற்றும் Non-Technical பணிகளை மேற்கண்ட RRB-க்கள் ஆண்டு தோறும் பணியிடங்கள் (Vacancies) ஏற்படும்போது போட்டித் தேர்வுகளை நடத்துகின்றது.

i. Non-Technical Popular Category (NTPC)

Commercial Apprentices
Traffic Apprentices
Traffic Assistants
Enquiry cum Reservation Clerk
Goods Guard

Junior Accounts Assistant cum Typist
Senior Clerk cum Typist
Assistant Station Master
Senior Time Keeper

மேற்கண்ட பதவிகளுக்கு கீழ்க்கண்ட தகுதிகள் அவசியமாகும்.

வயது வரம்பு :

குறைந்தபட்ச வயது வரம்பு - 18

அதிகபட்ச வயது வரம்பு

பொது - 32, OBC - 32 + 3 = 35, SC/ST - 32 + 5 = 37, PwD (GEN) - 32+10 = 42, PwD (OBC) - 32+13 = 45, PwD (SC/ST) - 32+15 = 47, WIDOW / DIVORCED WOMEN (GEN) - 32+ 3 = 35, WIDOW / DIVORCED WOMEN (OBC) - 32+5=37, WIDOW / DIVORCED WOMEN (SC/ST) - 32+8=40

படிப்புத் தகுதி:

ஏதேனும் ஒரு பட்டப்படிப்பு (Any Degree)

மற்ற பதவிகள் : Group 'C'

Commercial Clerk	Accounts Clerk cum Typist
Ticket Examiner / Ticket Collector	Train Clerk
Junior Clerk	

வயது வரம்பு :

குறைந்தபட்ச வயது வரம்பு - 18

அதிகபட்ச வயது வரம்பு

பொது - 30, OBC - 30 + 3 = 33, SC/ST - 30 + 5 = 35

படிப்புத் தகுதி:

10ஆம் வகுப்பு தேர்ச்சி

மற்ற பதவிகள் : **Group 'D'**

Porter	Gateman	Gate keeper
Track Man	Helper / Kalasi	Store Kalasi

வயது வரம்பு :

குறைந்தபட்ச வயது வரம்பு - 18

அதிகபட்ச வயது வரம்பு

பொது - 33, OBC - 33 + 3 = 36, SC/ST - 33 + 5 = 38

படிப்புத் தகுதி :

10ஆம் வகுப்பு தேர்ச்சி (அ) ITI தேர்ச்சி

தேர்வு முறை :

1. எழுத்துத் தேர்வு : Multiple Choice - Objective type. General Knowledge / Awareness Mathematics, Reasoning

2. PET (Physical Efficiency Test)

Male – 1000 மீட்டர் ஓட்டம் - 4 நிமிடம் 15 விநாடியில்

Female - 400 மீட்டர் ஓட்டம் - 3 நிமிடம் 10 விநாடியில்

ii. Technical posts in Indian Railways:

1. Assistant Loco pilot:

வயது வரம்பு :
குறைந்தபட்ச வயது வரம்பு - 18
அதிகபட்ச வயது வரம்பு
பொது - 30, OBC - 30 + 3 = 33, SC/ST - 30 + 5 = 35

படிப்புத் தகுதி:
10ஆம் வகுப்பு தேர்ச்சி (அ) ITI தேர்ச்சி (அ) Diploma தேர்ச்சி

தேர்வு முறை:
Single Stage Online Computer Based Test.

2. Technician:

Technician Signal Grade-III
Telecommunication Maintainer Grade-III
Technician Grade III

Diesel Mechanic	Machinist	Turner
Welder	Fitter	Painter
Carpenter	Mason	Trimmer
Driller	Pipe Fitter	Electrician

வயது வரம்பு :
குறைந்தபட்ச வயது வரம்பு - 18
அதிகபட்ச வயது வரம்பு
பொது - 30, OBC - 30 + 3 = 33, SC/ST - 30 + 5 = 35

படிப்புத் தகுதி:
10ஆம் வகுப்பு தேர்ச்சி (அ) ITI தேர்ச்சி (அ) Diploma தேர்ச்சி

தேர்வு முறை:
Single Stage Online Computer Based Test.

General Science	30 Questions	30 Marks
Technical Ability	30 Questions	30 Marks
Reasoning	10 Questions	10 Marks
General Awareness	25 Questions	25 Marks
General Intelligence	05 Questions	05 Marks
Arithmetic	20 Questions	20 Marks
Total	120 Questions	120 Marks

மொத்த நேரம் ஒரு மணி நேரம் 30 நிமிடங்கள் இத்தேர்வுக்கு ஒதுக்கப்பட்டுள்ளது.

3. Senior Section Engineers / Junior Engineers:

SSE தேர்வு எழுதுபவர்கள் B.E. or B.Tech பட்டப்படிப்பு பெற்றிருக்க வேண்டும். JE தேர்வு எழுதுபவர்கள் குறைந்தபட்சம் Diploma in Engineering முடித்திருக்க வேண்டும்.

தேர்வு முறை:

    a) Online Examination

    b) Document Verification

    c) Medical Fitness Test

எழுத்துத் தேர்வு:

General Intelligence & Reasoning General Awareness Arithmetic	60 Questions	60 Marks
Technical Subject	90 Questions	90 Marks
Total	150 Questions	150 Marks

மொத்தம் இரண்டு மணி நேரம் இத்தேர்வுக்கு ஒதுக்கப் பட்டுள்ளது. Negative Marking (1/3 of the marks alloted to each question will be deducted for each wrong answer)

10. INDIAN ARMY (www.joinindianarmy.nic.in)

இந்திய இராணுவத்தில் சேருவது என்பது நம் எல்லோருக்கும் மிகவும் பெருமிதமான ஒன்று. அதில் சேர்வதற்கு Unmarried Male Candidates மட்டிலும் விண்ணப்பிக்க வேண்டும். மேற்கூறியுள்ள website-ல் எங்கு, எப்போது, எந்த நாளில் தேர்வு நடக்கும் என்பது குறிப்பிடப்பட்டுள்ளது. அங்கு தேர்வர்கள் தங்களது அனைத்து Original Certificate-களையும் எடுத்துச் செல்ல வேண்டும்.

Physical Measurement:

Category	Age (in yrs.)	Height (in cm)	Weight (in kg)	Chest (in cm)
1. Soldier General Duty - All Arms	17½ - 21	169	50	77 - 82
2. Soldier Technical	17½ - 23	169	50	77 - 82
3. Aviation Solider Technical Ammunition Examiner	17½ - 23	169	50	77 - 82
4. Soldier Nursing Assistant (AML) and Soldier Nursing Assistant (Vet RVC)	17½ - 23	169	50	77 - 82
5. Soldier Tradesman	17½ - 23	169	50	76 - 81
6. Soldier Clerk, Store Keeper, Technical	17½ - 23	162	50	77 - 82

For Scheduled Tribe only

Height - 162 cm, Weight - 48 kg

Relaxation in Physical Criteria

Category	Height (in cm)	Weight (in kg)	Chest (in cm)
1. Son of Serviceman / Son of Ex-Serviceman / Son of war Widow / Son of Widow	02	02	01
2. Adopted Son/Son-in-law if she has no son, son of war Widow of Army	02	02	01
3. Sportsman who have represented India at International level or represented his State in National level.	02	05	02
4. Sportsman who have represented district at state level & University or Regional team at State / National Level and secured 1st or 2nd position	02	05	03

Educational Qualification:

1. Soldier (G.D.) (All Army)

Class 10th with 30% mark in each subject and 45% mark in aggregate. No aggregate percentage is considered in case candidate has passed in higher qualification i.e. applicable only for the aggregate marks in class 10th but 30% mark in individual subject is mandatory. In case of grading system for CBSE minimum of D grade (33-40) in individual subjects and overall aggregate of C2 grade of 4.75 points will be considered.

2. Soldier Technical Arms

Class 12th with Physics, Chemistry, Maths and English with 50% mark in aggregate and 40% mark in each subject.

3. Soldier Technical Avn / Amn Examiner

Same as Solider Technical or three years Diploma in Engineering Mechanical / Electrical / Automobile / Computer Science / Electronics & Instrumentation from a recognized Polytechnic Institute ITI.

4. Soldier (Nursing Assistant / Soldier Technical Dresser (RVC)

10+2 Intermediate Exam pass in Science with Physics, Chemistry, Biology and English with minimum 50% marks in aggregate and minimum 40% in each subject, (or) in case the candidate has B.Sc., degree with Botany / Zoology, Bio Science and English, stipulation of percentage in class 12 is waived off. However the candidate should have studied all the four specified subject in class 12th also.

5. Soldier Clerk / Store Keeper Technical Soldier

10+2 Intermediate Examination pass in any stream.

6. Soldier Tradesman

10th Pass / ITI for mess keeper and house keeper who may be 8th pass.

Physical Fitness Test (PFT)

1. 1.6 km

   run upto 5 min. 30 sec. - Group I

   run upto 5 min 45 sec. - Group II

2. Beam (Pull ups)-

10	pull ups	40	marks
9	pull ups	40	marks
8	pull ups	27	marks
7	pull ups	21	marks
6	pull ups	16	marks

3. 9 Feet Jump (Long) - Only Qualifying

9. Zigzag Balance - Only Qualifying

எந்த தேர்வர்கள் Physical Measurement மற்றும் Physical Efficiency Test-ல் தேர்ச்சி அடைகிறார்களோ, அவர்கள் அடுத்து எழுத்துத் தேர்வை எதிர்கொள்ள வேண்டும்.

Written Examimation

50 Question - One Hour - MCQ type

எழுத்துத் தேர்வில் வெற்றி பெறுபவர்கள், அடுத்து Medical Test-ல் தேர்ச்சி பெற வேண்டும். இவ்வனைத்தும் மேற்கண்ட தேர்வில் வெற்றி பெறுபவர்கள் பயிற்சிக்குப் பின் இராணுவத்தில் பணிபுரிய வாய்ப்பு கிடைக்கின்றது.

11. INDIAN AIR FORCE (www.indianairforce.nic.in)

இந்திய Air Force-ல் இரண்டு Category உள்ளது, Group X மற்றும் Group Y ஆகும். இந்த தேர்வு மூலம் Airmen தேர்வு செய்யப்படுகிறார்கள். இதிலும் Unmarried Male Candidates மட்டும் தேர்வுக்கு விண்ணப்பிக்க வேண்டும்.

Educational Qualification:

   Group 'X' - 50% Marks in Physics, Maths and English in + 2.

      English - 50% Marks   (or)

      Diploma in Engineering 50% Marks

      English - 50% Marks

  Diploma - English - 50% Marks எடுக்கவில்லை என்றால் + 2 / 10th-ல் 50% Marks - English-ல் எடுத்திருக்க வேண்டும்.

   Group 'Y' - +2-ல் 50% Marks (Science/Arts/Commerce)

   Group 'Y' - Medical Assistant Trade

+2 -ல் 50% marks (Physics, Chemistry, Biology and English)

English-ல் 50% marks

Physical Measurement (for both Group X & Y) Categories

1. Height - Minimum 152.5 cm
2. Chest - Minimum 5 cm expansion
3. Weight - Minimum 55 kg - Only in case of Operation Assistant the weight of the candidate should be according to the ratio of Height / Weight.
4. Good Hearing capability
5. Corneal Surgery is not acceptable
6. 14 Dental point minimum with good Dental condition.
7. Candidate should be healthy & fit.

Only male unmarried candidates between the age of 16-21 can only apply for this post.

Promotion

Can get the promotion upto the rank of an officer.

Examination

Group (X)

Online test in Physics, Mathematics & English - Duration of Exam 60 min.

Group (Y)

On line test in English, Reasoning and General Awareness - Duration of Exam = 45 min.

For both Group X and Y - English, Physics, Mathematics, Reasoning and General Awareness, Duration - 85 min.

Physical Fitness Test

Candidates who qualified in online test will be allowed in P.F.T.

1. 1.6 km run - within 6 min. 30 sec.
2. 10 push ups
3. 10 sit ups
4. 20 squats

Adaptability Test

Candidates those qualified in P.F.T. will be invited for the adaptability test.

Adaptability Test-I

The exam is to test the candidates, whether he can adapt himself in different terrain, weather and operational condition.

Adaptability Test-II

This is the higher version of Adaptability Test-I.

Medical Examination

மேற்கூறிய Adaptability Test-களில் தேர்ச்சியடைந்தவர்கள் பின்னர் Medical Test-க்கு உட்படுத்தப்படுகிறார்கள். இத்தேர்வில் தேர்ச்சியடைந்தவர்கள் இறுதியாக கடுமையான பயிற்சிக்குப்பின் IAF பணியில் அமர்த்தப்படுகிறார்கள்.

12. INDIAN NAVY (www.joinindiannavy.gov.in)

ஒவ்வொரு வருடமும் இந்திய கப்பல் படைக்கு Senior Secondary Recruitment (SSR), Matric Recruit (MR), Musician (MUS), Sports Entry and Artificier Apprentice (AA) பதவிகளுக்கு இரண்டு முறை தேர்வு நடத்தப்படுகிறது. Dec / Jan மற்றும் June / July-யில் தேர்வு நடைபெறுகிறது. இதிலும் Unmarried Male Candidates மட்டும் விண்ணப்பிக்க முடியும்.

Internet-ல் Application Form - download செய்து, தேவையான Certificate-களை இணைத்து விண்ணப்பிக்க வேண்டும்.

+2-ல் எடுத்திருக்கும் Mark அடிப்படையில் தேர்வர்கள் Short list செய்யப்பட்டு தேர்வுக்கு அழைக்கப்படுகின்றனர்.

Physical Efficiency Test:

    1.6 km Run in 7 minutes 20 seconds

    20 squats (Uthak Baithak)

    10 Push ups

PET-க்கு முன், எழுத்து தேர்வு நடத்தப்படுகின்றது. Written Exam-ல் வெற்றி பெறுபவர்கள் மட்டுமே PET-க்கு அழைக்கப்படுகின்றனர். கேள்விகள் Mental Ability, General Maths, General Knowledge-லிருந்து கேட்கப்படுகின்றது. PET-தேர்வானதும் அவர்களுக்கு Medical Examination நடத்தப்படுகின்றது. இவ்வனைத்திலும் வெற்றி பெறுபவர்களுக்கு Merit List-ல் இடம் கிடைக்கின்றது. பிறகு மீண்டும் ஒரு முறை Medical Test நடத்தப்படுகின்றது. இறுதியில் தேர்வானவர்கள் கடுமையான பயிற்சிக்குப் பின் Indian Navy -யில் சேர்க்கப்படுகின்றனர்.

13. Tamil Nadu Uniformed Services Recruitment Board: (www.tnusrbonline.org)

TNURB என்பது தமிழ்நாடு சீருடை பணியாளர் தேர்வாணையம் ஆகும். இது Police Constables, Jail Warden, Firemen மற்றும் Sub-Inspector போன்ற பதவிகளுக்கு போட்டித் தேர்வு நடத்தி தேர்ந்தெடுக்கின்றது. காவல்துறை உயர் பதவிகளான DIG, DGP போன்றவைகளுக்கு UPSC-யால் தேர்ந்தெடுக்கப்படுகின்ற IPS (Indian Police Service) அதிகாரிகள் செல்கின்றனர் என்று பார்த்தோம். அதுபோல் TNPSC -யால் நடத்தப்படும் Group-I தேர்வு மூலம் DSP (Deputy Superintendent of Police) பதவிக்கு தேர்ந்தெடுக்கப்பட்டு அவர்களும் Additional SP, SP என்று பதவி உயர்வு Group-A ஆக பெறுகின்றனர். ஆனால் அதற்கு அடுத்தபடியான Police Inspector போன்ற பதவிகளுக்கு TNUSRB மூலம் முதலில் SI -யாக (உதவி ஆய்வாளர்) தேர்ந்தெடுக்கப்படுகின்றனர்.

TNUSRB - காவல்துறையில் SI-Sub-Inspector (Men & Women), SI (Technical) (Men & Women), Grade II Police, Constables, Fire & Rescue பணியில் Firemen (தீயணைப்பு வீரர்கள்), சிறைத் துறையில் Jail Warden (Men & Women) போன்றோர்கள் எவ்வப்போது காலியிடங்கள் ஏற்படுகின்றனவோ அவ்வப்போது போட்டித் தேர்வுகள் நடத்தப்பட்டு நிரப்பப்படுகின்றன.

i) Sub-Inspector of Police (Finger Print):
படிப்புத் தகுதி:
  அறிவியல் பட்டப்படிப்பு (10+2+3) Degree in Science
உடல் தகுதி:
  ஆண் - 163 செ.மீ. - SC/ST - 160 cms
  Transgender / பெண் - 154 செ.மீ. - SC/ST - 152 cms

வயது வரம்பு:

குறைந்தபட்ச வயது வரம்பு - 20

அதிகபட்ச வயது வரம்பு

பொது - 28, BC/MBC - 28 + 2 = 30, SC/ST - 28 + 5 = 33, DESTITUTE WIDOW - 28 + 7 = 35, EX-SERVICEMEN - 28 + 17 = 45

தேர்வு முறை:
1. எழுத்துத் தேர்வு
2. Physical Measurement Test
3. Document Verification
4. நேர்முகத் தேர்வு (Interview)

எழுத்துத் தேர்வு:

மூன்று மணி நேரம் கொண்டது இத்தேர்வாகும். மொத்தம் 170 கேள்விகள் Objective type-ல் கேட்கப்படுகின்றது.

Test	Marks
Written Examination	
a) General Knowledge	55
b) General Ability Test	30
Special Marks for NCC/NSS/Sports/Games	05
Viva-Voce	10
Total	100

எழுத்துத் தேர்வில் குறைந்தபட்ச தேர்ச்சி மதிப்பெண்கள் 85-க்கு 30 ஆகும். எழுத்துத் தேர்வில் தேர்ச்சி அடைந்தவர்கள் Physical Measurement Test-க்கு அழைக்கப்படுகின்றனர். இவ்வெல்லா தேர்வுகளிலும் தேர்ச்சியடைந்தவர்கள் பயிற்சிக்குப்பின் விரல் ரேகை (Finger Print) பிரிவில் உதவி ஆய்வாளராக பணிபுரிகின்றனர்.

ii) Sub-Inspector (Technical):

வயது வரம்பு :

குறைந்தபட்ச வயது வரம்பு - 20

அதிகபட்ச வயது வரம்பு

பொது - 28, BC/MBC - 28 + 2 = 30, SC/ST - 28 + 5 = 33, DESTITUTE WIDOW - 35, EX-SERVICEMEN - 45

படிப்புத் தகுதி:-

Minimum Second Class Diploma in Electronics and Communication Engineering (or) B.E. / B.Tech in Electronic and Communication Engineering

தேர்வு முறை:

Online Computer Based Test	30 marks
1. Written Examination : a) General Knowledge b) Technical Subjects	 30 marks 50 marks
2. Marks for additional educational qualification	5 marks
3. NCC/NSS or Sports / Games	5 marks
4. Viva - Voce	10 marks
Total	100 marks

தேர்வு எதிர்கொள்பவர்களுக்கு Computer Knowledge இருக்க வேண்டும். தேர்வு நேரம் மூன்று மணி நேரம் ஆகும். குறைந்தபட்சம் எழுத்துத் தேர்வில் 80 மதிப்பெண்களுக்கு 28 மதிப்பெண்கள் எடுக்க வேண்டும். மொத்தம் 160 Objective type கேள்விகள் கேட்கப்படும். மூன்று மணி நேரம் கொண்டது இத்தேர்வாகும்.

Physical Measurement Test

Online Computer Based Test அல்லது எழுத்துத் தேர்வில் தேர்ச்சியடைந்தவர்கள் மட்டுமே PMT-க்கு அழைக்கப்படுகின்றனர்.

Men

உயரம் - குறைந்தபட்சம் 163 செ.மீ. - OC/BC/MBC
குறைந்தபட்சம் 160 செ.மீ. - SC/ST
மார்பளவு - Normal - Minimum 80 cms
Expansion - Minimum 5 cms

Women and Transgender

உயரம் - குறைந்தபட்சம் 154 செ.மீ. - OC/BC/MBC
குறைந்தபட்சம் 152 செ.மீ. - SC/ST

நேர்முகத் தேர்வு:

மேற்கண்ட இரு தேர்வுகளிலும் தேர்ச்சியடைந்தவர்கள் இத்தேர்வுக்கு அழைக்கப்படுகின்றனர். நேர்முகத் தேர்வு முடிந்தவுடன் எல்லா தேர்வு மதிப்பெண்களையும் சேர்த்து இறுதித்தரப் பட்டியல் தயாரிக்கப்படுகிறது. இதில் தேர்ச்சியடைந்தவர்கள் அவர்களது பயிற்சிக்குப் பிறகு Technical பிரிவில் (Signal) உதவி ஆய்வாளராக பணியமர்த்தப்படுகின்றனர்.

iii) Sub-Inspector of Police (உதவி காவல் ஆய்வாளர்கள்)

வயது வரம்பு :

குறைந்தபட்ச வயது வரம்பு - 20

அதிகபட்ச வயது வரம்பு

பொது - 28, BC/MBC - 28+2 = 30, SC/ST - 28+5 = 33, Destitute Widow - 35 Ex-Servicemen - 45

படிப்புத் தகுதி:

ஏதேனும் ஒரு பட்டப்படிப்பு (Any Degree)

தேர்வு முறை:
Stage I - Written Examination:

General Knowledge	40 marks
Logical Analysis, Numerical Analysis, Psychology Test, Communication Skill, Information handling ability	30 marks
Total	70 marks

இத்தேர்வுக்கு மொத்தம் 2 மணி 30 நிமிடம் ஒதுக்கப்பட்டுள்ளது.

Stage II -

(i) Physical Measurement Test

Men

உயரம் 170 செ.மீ. - GEN/BC/MBC
167 செ.மீ. - SC/ST

மார்பளவு - 81-86 cms Minimum
5 cms Expansion

Women and Transgender

உயரம் 159 செ.மீ. - GEN/BC/MBC
157 செ.மீ. - SC/ST

(ii) Physical Endurance Test

Men - 1500 மீட்டர் ஓட்டம் - 7 நிமிடங்கள்
Women - 400 மீட்டர் ஓட்டம் - 2 நிமிடம் 30 விநாடிகள்

(iii) Physical Efficiency Test

Men

Rope Climbing - 5 m (2 Marks) - 6 M (5 Marks)
Long Jump (or) - 3.8 m (2 Marks) - 4.5M (5 Marks)
High Jump - 1.2 m (2 Marks) - 1.4M (5 Marks)

400M Run (or) -
80 seconds (2 Marks) - 70 seconds (5 Marks)

100M Run - 15 seconds (2 Marks) - 13.5 seconds (5 Marks)

Women

Long jump - 3 m (2 Marks) - 3.75M (5 Marks)

Shotput throw (or) - 4.25 m (2 Marks) - 5.5M (5 Marks)

Cricket Ball Throw - 17 M (2 marks) - 24 M (5 Marks)

100M Run (or) - 17.5 seconds (2 Marks) - 15.5 seconds (5 Marks)

200M Run - 38 seconds (2 Marks) - 33 seconds (5 Marks)

Special Marks:

NCC/NSS/Games/Sports - 5 Marks

மேற்கண்ட சான்றிதழ்கள் வைத்திருப்பவர்களுக்கு 5 மதிப்பெண்கள் கூடுதலாகக் கிடைக்கும்.

மேற்கண்ட அனைத்து Stage - தேர்வுகளிலும் தேர்ச்சி யடைந்தவர்கள் நேர்முகத் தேர்வுக்கு அழைக்கப்படுகின்றனர்.

நேர்முகத் தேர்வு:

இத்தேர்வுக்கு மொத்தம் 10 மதிப்பெண்கள் இருக்கின்றது. இத் தேர்விலும் தேர்ச்சியடைந்தவர்களின் இறுதி தரப்பட்டியல் தயாரிக்கப்படுகின்றது. இவ்வாறு தேர்ச்சியடைந்தவர்களுக்கு தமிழ்நாடு காவல் பயிற்சி மையத்தில் பயிற்சியும் மற்றும் Field Training-ல் தரப்பட்டு வெவ்வேறு மாவட்டங்களில் உள்ள Rural மற்றும் Urban காவல் நிலையங்களில் பணி அமர்த்தப்பட்ட சிறப்பாக பணியாற்றுகின்றனர். இவர்கள் Inspector, DSP, Additional SP என பதவி உயர்வு பெறுகின்றனர்.

iv) **Grade-II - Police Constable** - காவல்துறை
Grade-II - Jail Wardens - சிறைத் துறை
Firemen - தீயணைப்புத் துறை

வயது வரம்பு :

குறைந்தபட்ச வயது வரம்பு - 18

அதிகபட்ச வயது வரம்பு

பொது - 25, BC/MBC - 26, SC/ST - 29, Ex-Servicemen - 45, Widows - 45

படிப்புத் தகுதி:

10ஆம் வகுப்பு தேர்ச்சி

Physical Measurement Test

Men

உயரம் 170 செ.மீ. - GEN/BC/MBC, 167 செ.மீ. - SC/ST

மார்பளவு - 81-86 cms Minimum 5 cms Expansion

Women

உயரம் -159 செ.மீ. - GEN/BC/MBC,157 செ.மீ. - SC/ST

எழுத்துத் தேர்வு:

எழுத்துத் தேர்வில் கீழ்க்கண்ட இரண்டு பாடங்களில் தேர்வு இருக்கும்.

General Knowledge (பொது அறிவு)	50 மதிப்பெண்கள்
Psychology (உளவியல்)	30 மதிப்பெண்கள்
	80 மதிப்பெண்கள்

இரண்டு தேர்வுத் தாள்களும் Objective type கேள்விகள் ஆகும். மொத்தம் ஒரு மணி 20 நிமிடங்கள் நேரம் ஒதுக்கப்பட்டுள்ளது. இத்தேர்வில தேர்ச்சி பெற குறைந்தபட்சம் 28 மதிப்பெண்கள் எடுக்க வேண்டும்.

Physical EnduranceTest

Men - 1500 மீட்டர் ஓட்டம் - 7 நிமிடங்கள்

Women - 400 மீட்டர் ஓட்டம் - 2 நிமிடம் 30 விநாடிகள்

Physical Efficiency Test

Men	2 Marks	5 Marks
Rope Climbing	5 m	6 m
Long jump (or)	3.8 m	4.5 m
High jump	1.2 m	1.4 m
100M Run (or)	15 seconds	13.5 seconds
400M Run	80 seconds	70 seconds
Women		
Long jump	3 m	3.75 m
Shotput throw (or)	4.25 m	5.5 m
Cricket Ball Throw	17 m	24 m
100M Run (or)	17.5 seconds	15.5 seconds
200M Run	38 seconds	33 seconds

Special Marks:

NCC/NSS/Games/Sports - 5 Marks

மேற்கண்ட சான்றிதழ்கள் வைத்திருப்பவர்கள் 5 மதிப்பெண்கள் கூடுதலாகப் பெறுகின்றனர்.

மேற்கண்ட அனைத்து Stage - தேர்வுகளிலும் தேர்ச்சியடைந்தவர்கள் தமிழகத்தின் வெவ்வேறு பயிற்சி மையங்களில் பயிற்சி அளிக்கப்பட்டு தமிழகத்தின் பல்வேறு மாவட்டங்களில் உள்ள காவல் நிலையங்களில் மற்றும் ஆயுதப் படைகளில், சிறைத் துறையில், தீயணைப்புத் துறையில் மிகச் சிறப்பாகப் பணிபுரிகின்றனர்.

14. TNPSC - Tamil Nadu Public Service Commission: (www.tnpsc.gov.in)

மத்திய அரசுப் பணிகளுக்கானத் தேர்வை எப்படி UPSC, SSC, RRB போன்றவை நடத்துகின்றனவோ, அதுபோல தமிழ்நாடு அரசுப் பணிகளை நிரப்புவதற்கு TNPSC பல்வேறு தேர்வுகளை நடத்துகின்றது. அவைகளில் முக்கியமானவையாக Group-I தேர்வு Group-A - Service தேர்வுக்கு இணையாக உள்ளது. Group-I தேர்வுகள் மட்டுமல்லாமல் Group-II, Group-II-A, Group-III, Group-IV, VAO (Village Administrative Officer), Group-VIII போன்ற தேர்வுகளையும் TNPSC நடத்துகின்றது. அதுமட்டுமல்லாமல் துறைகளுக்கு ஏற்றவாறு Specialist Officer தேர்வுகளையும் நடத்துகின்றது. தற்போது TNPSC நடத்தும் போட்டித் தேர்வுகளைப் பற்றி விரிவாகக் காணலாம்.

i) CCSE-I (Combined Civil Service-I) Examination:
Group-I Services

இத்தேர்வு மூலம்,

- Deputy Collector
- Deputy Superintendent of Police
- Assistant Commissioner (Commercial Tax)
- District Registrar
- District Employment Officer
- District Officer (Fire and Rescue Service)

போன்ற பதவிகள் நிரப்பப்படுகின்றன.

Assistant Commissioner (CT)

வயது வரம்பு :

குறைந்தபட்ச வயது வரம்பு - 21

அதிகபட்ச வயது வரம்பு

பொது - 30, SC/ST/BC/MBC - 30 + 5 = 35

B.L., Degree முடித்தவர்களுக்கு

குறைந்தபட்ச வயது வரம்பு - 21

அதிகபட்ச வயது வரம்பு

பொது - 31, SC/ST/BC/MBC - 31+5 = 36

மற்ற எல்லா பதவிகளுக்கும்

குறைந்தபட்ச வயது வரம்பு - 21

அதிகபட்ச வயது வரம்பு

பொது -30, SC/ST/BC/MBC - 30+5 = 35

Age Concession:
For Differently Abled Person:
Up to 10 years over and above the maximum age limit.
For Ex-Service Men:
Maximum age is 53 years (SC/ST/BC/MBC)

Minimum age is 48 years for others

படிப்புத் தகுதி:

ஏதேனும் ஒரு பட்டப்படிப்பு (Any Degree)

விருப்பத் தகுதி:

1. DSP	A degree/Diploma in Criminology and Forensics.
	National Awards for physical efficiency
2. AC (CT)	First Preference - A degree in both commerce and law together with a Diploma in Taxation laws.
	Second Preference - A degree both in commerce and law.
	Third Preference - A degree either in commerce or law together with a diploma in Taxation laws
	Fourth Preference - A degree either in commerce or law
3. DEO	Graduate in Economics/Education/Sociology/Statistics/Psychology and with Post Graduate Diploma in Social Science and Experience in Industrial/Personnel Management/Labour Welfare.

Physical Qualification

1. DSP - Men - Height - 170 cms
    Chest - 81-86 cms 5 cms Expansion
    Women - Height - 155 cms
2. District Officer (Fire and Rescue Service)
    Men - Height - 165 cms
    Weight - 50 kg
    Chest - 84-85 cm - 5 cm on Expansion
    Women - Height - 155 cms

தேர்வு முறை:
a) முதல்நிலைத் தேர்வு
(Preliminary Examination) OMR Method:

Subject	Duration	Max. Marks	Minimum Qualifying Marks	
			SC/ST/BC/MBC / DC / BCM	Others
General Studies - 200 items **Degree standard - Objective Type** General Studies - 150 items Aptitude & Mental Ability Test - 50 items	3 Hours	300	90	120

b) Main written examination and oral test:

Subject	Duration	Max. Marks	Minimum Qualifying Marks	
			SC/ST/BC/MBC / DC / BCM	Others
General Studies - Descriptive type Degree standard				
Paper - 1	3 Hours	300	306	408
Paper - 2	3 Hours	300		
Paper - 3	3 Hours	300		
Interview & Record		120		
Total		1020		

முதல்நிலை மற்றும் முதன்மைத் தேர்வு அனைத்தும் தமிழ் மற்றும் ஆங்கில மொழிகளில் இருக்கும். இதில் முதல்நிலைத் தேர்வு (Preliminary) ஒரு Screening Test மட்டுமே ஆகும். முதன்மைத் தேர்வு (Main) மற்றும் நேர்முகத் தேர்வு (Interview) மதிப்பெண்கள் மட்டுமே இறுதி தரப்பட்டியல் தயாரிக்க எடுத்துக் கொள்ளப்படுகிறது.

தேர்வர்களின் தரவரிசை, விருப்பம் மற்றும் physical standard அடிப்படையில் தேர்ச்சி அடைந்தவர்களுக்கு பணி ஒதுக்கீடு செய்யப்படுகின்றனர். பின்னர் அவரவர்களின் பயிற்சி நிறைவு பெற்றபின் வெவ்வேறு தமிழக மாவட்டங்களில் பணி செய்கின்றனர்.

ii) CCSE-II (Combined Civil Service-II) Examination : (Interview posts - Group-II Services)

TNPSC - Group-II தேர்வானது Preliminary, Mains மற்றும் Oral test என மூன்று Stage-களாக நடைபெறுகின்றது. இத்தேர்வின் மூலம் கீழ்க்கண்ட பதவிக்கு (Posts) நிரப்பப்படுகின்றன.

இத்தேர்வு மூலம்,

Deputy Commercial Tax Officer
Sub-Registrar Grade II

Probation Officer
Assistant Inspector of Labour
Junior Employment Officer
Special Assistant
Assistant Section Officer
Assistant Inspector in local fund Audit Department
Special Branch Assistant
Audit Inspector
Supervisor of Industrial Cooperatives
Senior Inspectors of Cooperative Societies
Supervisor/Junior Superintendent in Agricultural Marketing
Handloom Inspector
Revenue Assistant
Executive Officer, Grade-II in Town Panchayat.

வயது வரம்பு :

Names of the Posts	Minimum Age	Max. Age limit	
		Others	SC/ST/BC/MBC
For all other posts	18		No max. age limit
Sub-Registrar Group II	20	30	
Probation Officer	22		
JEO (Differently Abled)	18	40	
Deputy Commercial Tax Officer	18	30 years (Persons holding law degree 32 yrs)	35 years (Persons holding law degree 37 years)

கல்வித் தகுதி:

ஏதேனும் ஒரு பட்டப்படிப்பு (Any Degree)

விருப்பத் தகுதியாக (Preferential Qualification) அந்தந்த துறைகளின் கல்வி தகுதிகள் எடுத்துக் கொள்ளப்படும்.

தேர்வு முறை: (Scheme of Examination)

a) Preliminary Examination

Subject	Duration	Max. Marks	Minimum Qualifying Marks for all communities
Objective Type General Studies - 75 questions Aptitude & Mental Ability Test - 25 questions + General Tamil/General English (S.S.L.C. Standard) -100 questions	3 hours	150 + 150	90
Total		300	

General Studies தேர்வுத் தாள் தமிழ் மற்றும் ஆங்கில மொழியில் இருக்கும். மேலும் General Tamil தாள் தமிழ் மொழியிலும் General English தாள் ஆங்கில மொழியிலும் இருக்கும். இது ஒரு Objective type தேர்வு தாள் ஆகும்.

b) Main Written Examination (Degree Standard)
முதன்மைத் தேர்வு **(Descriptive type) and oral test:**

Subject	Duration	Maximum Marks	Minimum Qualifying Marks for all communities
Main written Examination (Degree Standard) (Descriptive type)	3 hours	300	102
Interview and Records		40	
Total		340	

கேள்வித் தாள் தமிழ் மற்றும் ஆங்கில மொழிகளில் இருக்கும். கேள்விகள் கீழ்க்கண்ட Subjects/topics-லிருந்து கேட்கப்படுகின்றது.

- Role and Impact of Science and Technology in the development of India and Tamil Nadu
- Administration of Union and states with special reference to Tamil Nadu
- Socio-Economic problems of India and Tamilnadu.
- Current issues of National and State level.

தேர்வர்கள் முழுவதுமாக தமிழ் மொழியிலேயோ அல்லது ஆங்கில மொழியிலேயோ விடையளிக்கலாம். இம்மூன்று தேர்விலும் தேர்ச்சி பெற்றவர்கள் அவர்களது இறுதி தரப்பட்டியல் தயாரிக்கப்பட்டு தர வரிசை மற்றும் விருப்பம் (option) அடிப்படையில் அவர்களுக்கு பணி ஒதுக்கீடு செய்யப்பட்டு பயிற்சிக்குப் பின் பணியிலமர்ந்து பல்வேறு துறைகளில் பணியாற்றுகின்றனர்.

iii) Combined Civil Services Examination Group IIA Services:

இத்தேர்வும் TNPSC நடத்தும் Group IIA தேர்வாகும். இத்தேர்வில் நேர்முகத் தேர்வு கிடையாது. கீழ்க்கண்ட பதவிகளுக்கு இத்தேர்வு நடத்தப்படுகின்றது.

Personal Clerk in Secretariat

Personal Clerk in TNPSC

Steno-Typist in Tamil Nadu Legislative Assembly

Assistants in Tamil Nadu Ministerial Services

Assistants in the Divisions of Commercial Tax Department

Assistants in various departments in the Tamil Nadu Secretariat Service/TNPSC/Legislative Assembly Secretary Service.

வயது வரம்பு:

Minimum Age - 18 years
SC/ST/BC/MBC - No maximum age limit
Others - 30 years

கல்வித் தகுதி:

ஏதாவது ஒரு பட்டப்படிப்பு (Any Degree)

Personal Clerk மற்றும் Steno-Typist பதவிகளுக்கு Government Technical Examination in Typewriting both in Higher Grade in Tamil and English மற்றும் Short hand முடித்திருக்க வேண்டும்.

தேர்வு முறை:

Subject	Time	Maximum Marks	Minimum Qualifying Marks for all communities
Single Paper-Objective type General Studies (Degree Standard) (75 items) Aptitude and Mental Ability test (SSLC Standard) (25 items) (or) General Tamil / General English (100 items)	3 hours	150 + 150 = 300	90

மொழித் தேர்வு தமிழிலும் ஆங்கிலத்திலும் இருக்கிறது. அதாவது பொதுத் தமிழ் மற்றும் பொது ஆங்கிலம் என்று இருப்பதால், போட்டித் தேர்வர்கள் ஏதேனும் ஒன்றை தேர்ந்தெடுத்துக் கொள்ள முடியும்.

மொத்தமுள்ள 200 கேள்விகளுக்கு 300 மதிப்பெண்கள் என உள்ளது. இதில் குறைந்தபட்சம் தகுதி மதிப்பெண்கள் 90 எடுக்க வேண்டும். மொத்தமுள்ள காலிப் பணியிடங்களின் எண்ணிக்கைக்கு ஏற்றவாறு தேர்வர்களின் மதிப்பெண்கள் மற்றும் அவர்களது தரவரிசை அடிப்படையில் அவர்களது பணி அளிக்கப்பட்டு பயிற்சிக்குப் பின் அந்தந்த பணிகளில் அமர்த்தப்படுகிறார்கள்.

iv) Combined Civil Services Examination (Group IV):

TNPSC நடத்தும் இத்தேர்வு மிக அதிகமான காலிப் பணியிடங்களைப் பெற்றிருக்கிறது. இப்பணியில் சேர்பவர்கள் Tamil Nadu Ministerial Services, Tamil Nadu Judicial Ministerial Services, Tamil Nadu Survey and Land Records, Subordinate Service மற்றும் Tamil Nadu Secretariat Service போன்ற பணிகளில் அமர்கின்றனர். தற்போது கீழ்வரும் பதவிகளை Group IV தேர்வு மூலம் நிரப்பப்படுகின்றன என்பதை பார்க்கலாம்.

- Village Administrative Officer (VAO)
- Bill Collector, Grade-I
- Draftman
- Steno-typists (Grade-III)
- Junior Assistant
- Field Surveyor
- Typist

வயது வரம்பு:
SC/ST/BC/MBC = 21- 40 years, Others = 21- 30 years

கல்வித் தகுதி:
S.S.L.C. தேர்ச்சி

Typist - Government Technical Examination in Typewriting both in English and Tamil Higher Grade

Steno-typist - Government Technical Examination in both Typewriting and Short hand, both in English and Tamil Higher Grades.

தேர்வு முறை:

Subject	Duration	Max. Marks	Minimum Qualifying Marks all communities
Single Paper (SSLC Std) General Studies - 75 items + Aptitude Test - 25 items + General Tamil/General English (100 items) (Total 200 items)	3 hours	300	90

தேர்வு எழுதுபவர்கள் பொதுத் தமிழ் அல்லது பொது ஆங்கிலம் என ஏதாவது ஒன்றை மொழித் தேர்வில் தேர்ந்தெடுத்துக் கொள்ளலாம். பொது அறிவு மற்றும் Aptitude Test தேர்வுத் தாள்கள் தமிழ் மற்றும் ஆங்கில மொழிகளில் கேள்விகள் கேட்கப்பட்டிருக்கும்.

இத்தேர்வில் தேர்ச்சியடைந்தவர்கள் அவரவர்களின் தரவரிசை அடிப்படையிலும் அவர்களுக்கு பணி ஒதுக்கீடு அளிக்கப்பட்டு ஒரு குறிப்பிட்ட கால பயிற்சிக்குப் பின் பல்வேறு துறைகளில் பணியமர்த்தப்படுகின்றனர்.

தற்போது TNPSC நடத்தும் பல்வேறு இதர பணிகளுக்கான தேர்வுகளைப் பற்றி காணலாம்.

v) Executive Officer, Grade I:

Tamil Nadu Hindu Religious and Charitable Endowments Subordinate Serivces,

இது ஒரு Group-VIIA பணி ஆகும்

வயது வரம்பு:

குறைந்தபட்ச வயது வரம்பு - 30

அதிகபட்ச வயது வரம்பு

SC/ST/BC/MBC - No maximum age limt

Others - 35 years

கல்வித் தகுதி:

ஏதேனும் ஒரு பட்டப்படிப்பு மற்றும் A degree in Law

விருப்பத் தகுதி

Diploma in Epigraphy and Archaeology awarded by the Institute of Epigraphy in Tamil Nadu மற்றும் முன் அனுபவமுள்ளவர்கள் (5 ஆண்டுகள்)

தேர்வு முறை:

Subject	Duration	Maximum Marks	Minimum Qualifying Marks	
			S C / S T / B C / MBC	Others
(1) Paper-I (Degree Std) General Studies 75 Questions + Aptitude Mental Ability Test (SSLC Std) 25 Questions	2 hours	200	270	360
(2) Paper-II (Degree Std) Hindu Religions and Charitable Endowment Act, 1959 - 200 Questions	3 Hrs.	300		
(3) Paper III (Degree Std) Law	3 Hrs.	300		
(4) Interview & Records		100		
	Total	900		

Paper-II தவிர அனைத்து தேர்வுத் தாள்களும் தமிழ் மற்றும் ஆங்கில மொழிகளில் கேட்கப்பட்டிருக்கும். Paper-II (Hindu Religious and Charitable Endowment Act,1959) மட்டும் தமிழ் மொழியில் மட்டுமே கேள்விகள் கேட்கப்பட்டிருக்கும்.

மேற்கண்ட அனைத்துத் தேர்வுகளிலும் தேர்ச்சியடைந்தவர்கள் அவர்களது பயிற்சிக்குப் பின் பணிகளில் அமர்கின்றனர்.

vi) Civil Judge in Tamil Nadu State Judicial Service:

TNPSC நடத்துகின்ற இத்தேர்வின் மூலம் நேரடியாக Civil Judge பணிக்கு தகுதி உள்ளவர்களை தேர்ந்தெடுக்கின்றனர்.

வயது வரம்பு:

For practising Advocate / Pleaders / and Assistant Public Prosecutors

குறைந்தபட்ச வயது வரம்பு – 25

அதிகபட்ச வயது வரம்பு

BC / MBC SC/ST /BCM / Widows	- 40 years
Others	- 35 years

For fresh Law Graduates

குறைந்தபட்ச வயது வரம்பு – 22

அதிகபட்ச வயது வரம்பு - For all Categories -27 years

கல்வித் தகுதி:

For practising Advocate / Pleaders and Assistant Public Prosecutors

Degree in Law (and) Practising as an advocate/pleader in any court not less than 3 years (Or) Assistant public prosecutors for not less than 3 years.

For Fresh Law graduates:

Degree in Law within period of 3 years prior to the date of notification (and Enrolled as an Advocate (and) must have secured in acquiring law degree an overall percentage of 45% Marks for SC/ST/BC/MBC and 50% Marks in case of others.

தேர்வு முறை:

  (i) Preliminary Examination

  (ii) Main Examination

  (iii) Viva-voce Test

என மூன்று அடுக்குகளாக இத்தேர்வு நடத்தப்படுகிறது.

(i) முதல்நிலைத் தேர்வு (Objective type):

Subject	Time	Max. Marks	Minimum Marks for a pass		
			SC/ST	BC/MBC/BCM	Others
Preliminary Examination (Objective Type)	2 Hours	100	30	35	40

இத்தேர்வில் தேர்ச்சி பெற்றவர்கள் முதன்மை தேர்வுக்கு (Main) அனுமதிக்கப்படுகின்றனர்.

(ii) முதன்மை தேர்வுக்கு (Main) (Descriptive type)

Subject (Descriptive Type)	Duration	Max. Marks	Minimum Marks for a pass in each paper		
			SC/ST	BC/ BCM/ MBC	Others
(a) Translation Paper	3 hours	100	30%	35%	40%
(b) Law Paper-I	3 Hours	100			
(c) Law Paper-II	3 Hours	100			
(d) Law Paper-III	3 Hours	100			
e) Viva-Voce Test		60	18 (for all categories)		

முதன்மை தேர்வில் தேர்ச்சியடைந்தவர்களை நேர்முகத் தேர்வுக்கு அனுமதிக்கப்படுகின்றனர். நேர்முகத் தேர்வில் Mental Alertness, General Knowledge, Knowledge of Law, grasp of procedural laws and principle of laws, clear and logical explanation, balance of judgement, skills, attitude, ethics, power of assimilation, power of communication, character, suitability and intellectual depth, ability to handle various situations in the court போன்றவை சோதிக்கப்படுகின்றன.

முதன்மைத் தேர்வு மற்றும் நேர்முகத் தேர்வு மதிப்பெண்களின் அடிப்படையில் தர வரிசை தயாரிக்கப்பட்டு காலிப் பணியிடங்களின் அடிப்படையில் பணி ஒதுக்கீடு செய்யப்படுகின்றது. பிறகு 12 மாத காலம் பயிற்சி கொடுக்கப்பட்டு பின்னர் பணியமர்த்தப்படுகின்றனர்.

vii) Combined Engineering Service Examination:

(1) Assistant Engineer (Civil) in Water Resource Department, PWD, Buildings, Highways Department.

(2) Assistant Engineer (Electrical) in PWD.

(3) Assistant Engineer in Rural Development and Panchayat Raj Department.

மேற்கண்ட பணிகளுக்கான போட்டித் தேர்வையும் TNPSC நடத்துகின்றது.

வயது வரம்பு:

SC/ST/BC/MBC/BCM - No age limit

Others - maximum 30 years

கல்வித் தகுதி:

Assistant Engineer (Civil) - B.E., Civil Engineering or Civil and Structural Engineering

Assistant Engineer (Electrical) - B.E., Electrical Engineering or Electronics and Communication Engineering.

Assistant Engineer in RD and PR Department - Degree in Civil Engineering

Assistant Engineer (Civil) in Highways Department - A Degree in Civil Engineering

தேர்வு முறை:

Subject	Time	Max. Marks	Minimum Marks for a pass	
			SC/ST/ BC/ MBC/ BCM	Others
Paper I - 200 Questions Civil Engineering /Electrical Engineering or Electronics and Communication Engineering.	3 Hrs	300	171	228
Paper II - 100 Questions General Studies (Degree Std) and Aptitude and Mental ability	2 Hrs	200		
Interview and Records		70		
Total		570		

இரண்டு தேர்வுத் தாள்களும் தமிழ் மற்றும் ஆங்கில மொழிகளில் அமைந்திருக்கும். ஆனால் Paper I-ல் Electrical Engineering or Electronics and Communication Engineering தேர்ந்தெடுப்பவர்கள் மட்டும் அத்தேர்வை ஆங்கிலத்திலேயே எதிர்கொள்ள வேண்டும். இத்தேர்வுகளில் எடுக்கும் மதிப்பெண்ணுடன் நேர்முகத் தேர்வின் மதிப்பெண்களையும் சேர்த்து தரப்பட்டியல் தயாரிக்கப்பட்டு காலிப் பணியிடங்கள் அந்தந்த துறைகளில் நிரப்பப்படுகின்றது.

viii) Assistant Commisssioner of Labour:

TNPSC நடத்துகின்ற இத்தேர்வு இதற்கு முன்னர் Labour Service என்ற பதவியின் பெயரில் நடந்தது. தற்போது Assistant Commisssioner of Labour என்ற பதவியின் பெயரில் நடக்கின்றது.

வயது வரம்பு:

SC/ST/BC/MBC/BCM - No maximum age limit

Others - Maximum 30 years

கல்வித் தகுதி:

M.A. Labour Management (or)

Any Degree and

A degree or Diploma in Social Work / Social Science / Labour Relations / Social Welfare / Labour Laws / Law / Post Graduate Diploma in Labour Administration / Personnel Management, Industrial Relations and Labour Welfare / M.A. Degree in Work Education.

தேர்வு முறை:

			Minimum Marks for a pass	
Subject	Duration	Max. Marks	SC/ST/BC/MBC/BCM	Others
Paper I - 200 Questions Social Science and Labour Law	3 Hrs	300	171	228
Paper II - 100 Questons General Studies, Aptitude and Mental ability	2 Hrs	200		
Interview & Records		70		
Total		570		

இரண்டு தேர்வுத் தாள்களும் தமிழ் மற்றும் ஆங்கில மொழிகளில் அமைந்திருக்கும். நேர்காணல் மதிப்பெண் மற்றும் மேற்கண்ட இரண்டு தேர்வுத் தாள் மதிப்பெண்கள் இரண்டையும் சேர்த்து இறுதி தரப்பட்டியல் தயாரிக்கப்பட்டு பணி வழங்கப்படுகின்றது.

மேற்கண்ட பணிகளுக்கு மட்டுமல்லாமல் TNPSC பல்வேறு சிறப்புப் பணிகளுக்காகவும் போட்டித் தேர்வுகள் நடத்துகின்றது. எப்போதெல்லாம் அப்பணிகளில் காலியிடங்கள் உருவாகின்றனவோ, அப்போது அப்போட்டித் தேர்வுகள் நடத்தப்பட்டு அவை நிரப்பப்படுகின்றன. அவையாவன:

- District Library Officer / Assistant Librarian
- Junior Analyst / Junior Chemist / Chemist
- Assistant Director of Horticulture and Horticulture Officer
- Laboratory Assistant
- Motor Vehicle Inspector
- Assistant Officer (Extension)
- Forest Apprentice
- Assistant System Engineer
- Assistant System Analyst
- Translator of Fisheries
- Principal Industrial Training Institute (ITI) and Assistant Director of Training
- Architectural Assistant / Planning Assistant
- Junior Architect
- Director of Physical Education in Government Law College
- Statistician in Medical Education Department
- Tourist Officer
- Geologist / Assistant Geologist
- Hostel Superintendent cum Physical Training Officer
- Jailor
- Assistant Jailor in Prison Department
- Junior Scientific Officer in Tamil Nadu Forensic Science Subordinate Service
- Madras Highcourt Service
- Assistant works Manager in the Government press in Tamil Nadu Stationery and Printing Service

மத்திய அரசுப் போட்டித் தேர்வுகளுக்கான புத்தகங்கள்:

- Previous Years' Question Papers
- NCERT Books (6th to 12th)
- History of Modern India - Bipin Chandra
- A Brief History of Modern India – Spectrum
- India's Struggle for Independence - Bipin Chandra
- India's Ancient Past - R.S. Sharma
- History of Medieval India - Satish Chandra
- The Wonder that was India - A.L. Basham
- Mastering Modern World History - Norman Lowe
- Does the Elephant Dance? Contemporary Indian Foreign Policy - David M. Malone
- Lexicon for Ethics, Integrity & Aptitude – Chronicle
- Indian Art and Culture – Nitin Singhania
- Geography of India - Majid Husain
- Oxford Student Atlas
- Certificate Physical and Human Geography - Goh Cheng Leong
- Introduction to the Constitution of India - DD Basu
- Indian Polity - M. Laxmikanth
- Indian Economy(key concepts) - Sankarganesh Karuppiah
- Indian Economy - Ramesh Singh (Buy the latest edition)
- Economic Survey – Ministry of Finance
- India Year Book
- Quantitative Aptitude - R.S. Agarwal
- Verbal & Non Verbal Reasoning - R.S. Agarwal
- Pervious Year Question Papers
- Newspapers - The Hindu / Times of India / Hindustan Times.
- Monthly Magazines - Wizard, Civil Service Chronicle, Yojana, Kurukshetra
- India after Gandhi - Ramachandra Guha
- For Optional Subjects - Standard Author's Books

தமிழ்நாட்டு போட்டித் தேர்வுகளுக்கான புத்தகங்கள்:

தமிழ்நாடு பாடநூல் கழகம் வெளியிடும் நூல்கள்

அறிவியல் சமூக அறிவியல் கணிதம்	} 6 முதல் 10ஆம் வகுப்பு வரை
வரலாறு, புவியியல், பொருளாதாரம், அரசியல் அறிவியல், வணிகவியல், தாவரவியல், விலங்கியல், இயற்பியல், வேதியியல்	} 11 மற்றும் 12ஆம் வகுப்பு

தமிழ் மொழி - 6 முதல் 12ஆம் வகுப்பு வரை

ஆங்கில மொழி - 6 முதல் 12ஆம் வகுப்பு வரை

English Grammar - Wren & Martin

Quantitative Aptitude & Arithmetic Reasoning - R.S. Agarwal

நடப்புக்கால நிகழ்வுகள் (Current Affairs)

- நாளிதழ்கள் - மாத இதழ்கள் - ஆண்டு இதழ்கள்

Group VIII - TNPSC - தேர்வுக்கு:-

இந்து மத இணைப்பு விளக்கம் சைவமும் வைணவமும். விருப்பப்பாடம் மற்றும்
Specialist தேர்வுகளுக்கு (சிறப்பு தேர்வு)

அந்தந்த பாடத்தின் Standard நூல்களை படிக்க வேண்டும். நான் மேற்கூறிய புத்தகங்கள், நாளிதழ்கள், மாத இதழ்கள் மற்றும் ஆண்டு மலர்கள் மட்டுமன்றி, இன்னும் வேறு சில தரமான ஆசிரியர்களின் புத்தகங்களையும் படித்து, ஒப்பிட்டு நாம் மற்ற தேர்வர்களைவிட வித்தியாசமான முறையில் சரியான விடையை தேர்வில் அளித்தோமானால் வெற்றியின் அருகில் வெகு சீக்கிரம் நம்மால் அடைய முடியும். தரமான வலைதளங்களையும் (Websites) இதற்கு நாம் நம்முடைய அறிவுத் திறனை மேம்படுத்திக் கொள்ள பயன்படுத்திக் கொள்ளலாம்.

Group VIII

1. இந்து மத இணைப்பு விளக்கம்
2. சைவமும் வைணவமும்
3. அறிவியல்
   சமூக அறிவியல்
   கணிதம்
   } 6 முதல் 10ஆம் வகுப்பு வரை
4. Quantitative Aptitude & Arithmetic Reasoning - R.S. Agarwal
5. Current Affairs

Combined Civil Service - II (Group 2)

For G.K. - Same as Group-I

வரலாறு, புவியியல், பொருளியல், அரசியல் அறிவியல், வணிகவியல், தாவரவியல், விலங்கியல், இயற்பியல்,

வேதியியல் - 11-ஆம் & 12-ஆம் வகுப்பு

1) Maths Text Book - 6 முதல் 10ஆம் வகுப்பு வரை
2) Quantitative Aptitude & Arithmetic Reasoning - R.S. Agarwal

தமிழ் பாடப் புத்தகம் - 6 முதல் 12ஆம் வகுப்பு வரை
English பாடப் புத்தகம் &
Grammar - 6 முதல் 12ஆம் வகுப்பு வரை
Current Affairs Exam date-க்கு முன்பு (2, 3, 4 மாதம் முக்கியம்)

Group VII

1. இந்து மத இணைப்பு விளக்கம்
2. சைவமும் வைணவமும்

For G.K. - அறிவியல், சமூக அறிவியல் - 6 முதல் 10ஆம் வகுப்பு வரை.

வரலாறு, புவியியல், பொருளியல், அரசியல் அறிவியல், வணிகவியல், தாவரவியல், விலங்கியல், இயற்பியல், வேதியியல் - 11 ஆம் & 12 ஆம் வகுப்பு

Maths - 6 முதல் 10ஆம் வகுப்பு வரை
Quantitative Aptitude & Arithmetic Reasoning - R.S. Agarwal

Combined Civil Services - I (Group 1)

General Knowledge - Arihant Publications
Text Book - 6 முதல் 10ஆம் வகுப்பு வரை

வரலாறு, புவியியல், பொருளியல், அரசியல் அறிவியல்,

வணிகவியல், தாவரவியல், விலங்கியல், இயற்பியல், வேதியியல் - (முக்கியம்) - 11-ஆம் & 12-ஆம் வகுப்பு

Quantitative Aptitude & Arithmetic Reasoning - R.S. Agarwal

Statistics (புள்ளியல் நிகழ்தகவு) - 11ஆம் & 12ஆம் வகுப்பு

Maths - 6 முதல் 10ஆம் வகுப்பு வரை

Current Affairs Exam date-க்கு முன்பு (2, 3, 4ஆவது மாதம் முக்கியம்)

Group IV மற்றும் VAO

Tamil (or) English - 6 முதல் 12ஆம் வகுப்பு வரை

For G.K. - அறிவியல், சமூக அறிவியல் 6 முதல் 10ஆம் வகுப்பு வரை

Maths - 6 முதல் 10ஆம் வகுப்பு வரை

Quantitative Aptitude & Arithmetic Reasoning - R.S. Agarwal

Current Affairs Exam date-க்கு முன்பு (2, 3, 4ஆவது மாதம் முக்கியம்)

Combined Civil Services - II (Group 2)

General Knowledge - Arihant Publications

For G.K. - Same as Group-I

Maths - 6 முதல் 10ஆம் வகுப்பு வரை

Quantitative Aptitude & Arithmetic Reasoning - R.S. Agarwal

தமிழ் பாடப் புத்தகம் - 6 முதல் 12ஆம் வகுப்பு வரை

English பாடப் புத்தகம் & Grammar Book - 6 முதல் 12ஆம் வகுப்பு வரை

Current Affairs Exam date-க்கு முன்பு (2, 3, 4 மாதம் முக்கியம்)

SI Exam

For G.K. - Same as Group-I

GK அறிவியல், சமூக அறிவியல் 6 முதல் 10ஆம் வகுப்பு வரை

Maths - 6 முதல் 10ஆம் வகுப்பு வரை

Quantitative Aptitude & Arithmetic Reasoning - R.S. Agarwal

Current Affairs Exam date-க்கு முன்பு (2, 3, 4 ஆவது மாதம் முக்கியம்)

Maths Guide (கணியன் Guide)

முடிவுரை

'யாதும் ஊரே யாவரும் கேளீர்' என்பது நமது சங்க புலவரான கணியன் பூங்குன்றனாரின் வாக்கு. அதைப் பின்பற்றி வருபவர்கள்தாம் தமிழர்களாகிய நாம். இப்பொன்மொழி உலகம் முழுவதுக்கும் பொருத்தமானதாகும். அது உண்மையெனில் குறைந்தபட்சம் போட்டித் தேர்வுகளை அகில இந்தியா முழுவதிலும் எத்தேர்வானாலும் அதில் போட்டியிட்டு வெற்றி பெற நாம் எப்போதும் தயாராக இருக்க வேண்டும் என்பது எனது ஆவல். நான் முன்னரே முன்னுரையில் கூறியதுபோல் தமிழர்களாகிய நாம் எப்போதும் எவரிலும் சளைத்தவர்கள் அல்லர். நெடுங்காலமாகவே நமது பண்பாடு, வாழ்க்கை, கலாச்சாரம், நமது சங்கப் புலவர் கூறியபடியே இருந்து வந்துள்ளது.

'திரைகடல் ஓடியும் திரவியம் தேடு' என்பதும் நான் மேற்கூறிய கருத்தை உறுதிப்படுத்துவதாகவே உள்ளது என்பதை நாம் அனைவரும் அறிவோம். தமிழர்களாகிய நமக்குள் பலவிதமான திறமைகள் ஒளிந்து கொண்டிருக்கின்றன. அவற்றை அடையாளப்படுத்தி வெளிக் கொணர வேண்டும் என்பதில் நாம் ஒவ்வொருவரும் அக்கறை காட்ட வேண்டும். போட்டித் தேர்வுகள் என்பது அதில் ஒரு அங்கம். இவற்றில் வெற்றி பெற்று பல துறைகளில் அகில இந்திய அளவில் எல்லா மாநிலங்களிலும் நம்மில் பலர்

திறமையாக வேலை செய்து கொண்டிருக்கின்றனர். போட்டியாளர்களும் இன்னும் நமது திறமையை வெளிப்படுத்த, நாம் நம்மை சிறந்த முறையில் தயார்படுத்திக் கொண்டு வள்ளுவரின் வாக்கான,

'கொக்கொக்க கூம்பும் பருவத்து மற்றதன்
குத்தொக்க சீர்த்த இடத்து'

என்பதற்கிணங்க காரியத்தில் ஈடுபடும்போது கொக்கு போல காத்திருந்து, காலம் வரும்போது கொக்கு மீனை திடீரென்று கொத்தி எடுத்துக் கொள்வதுபோல காரியத்தை நிறைவேற்றிக் கொள்ள வேண்டும். எனவே நான் இப்புத்தகத்தின் வழியாக போட்டித் தேர்வர்களுக்கு கூறும் கருத்து என்னவென்றால், வாய்ப்புகள் தமிழகத்தில் மட்டுமின்றி அகில இந்திய அளவில் எண்ணற்றவையாக இருக்கின்றன. அவற்றை நாம் எப்படி? எப்போது? எவ்வாறு? எங்கு? பயன்படுத்திக் கொள்ளப் போகிறோம் என்பதில்தான் நமது புத்திசாலித்தனம் அடங்கியுள்ளது என்பதாகும்.

"அனைவருக்கும் எனது உளங்கனிந்த அன்பு வாழ்த்துக்கள்!"

ஆசிரியர் குறிப்பு

திரு. கா.சிவசுப்ரமணி அவர்கள் விழுப்புரம் மாவட்டம், நேமூர் கிராமத்தில் திரு.மு.காளிரத்தினம்-ஞானசுந்தரி அவர்களின் இளைய புதல்வனாக 19.04.1980-ல் பிறந்தார். ஐந்தாம் வகுப்பு வரை நேமூரில் கிருத்துவப் பள்ளியில் பயின்றார். பின் 6 முதல் 10-ம் வகுப்பு வரை ஒய்க்காஃப் மேல்நிலைப் பள்ளி, முட்டத்தூரில் தமிழ் வழியில் பயின்றார். விவசாயக் குடும்பத்தில் படித்த இவர், 3 கி.மீட்டர் தொலைவில் உள்ள

ஒய்க்காஃப் பள்ளிக்கு நடந்து சென்றும் பின்னர் மிதிவண்டியிலும் பின்னர் அரசு பேருந்து பாஸ் மூலம் பேருந்திலும் பயணம் செய்து படித்தார். அனைத்துப் பாடங்களிலும் நன்றாகப் படித்த இவர், 10ஆம் வகுப்பில் நல்ல மதிப்பெண் எடுத்த போதிலும், +2 அல்லது பாலிடெக்னிக் போன்றவைகளில் படிக்க வைக்க முடியாததால், அவரின் பெற்றோர் அவரை Govt. ITI-Cuddalore (கடலூர்)-ல் Fitter (பொருத்துனர்) பிரிவில் சீக்கிரம் வேலை கிடைக்கும் என்ற எண்ணத்தில் சேர்த்தனர். ITI-யிலும் நன்றாக படித்த இவருக்கு Ashok Leyland Ltd. எண்ணூர் (சென்னை)யில் Act Apprenticeship கிடைத்தது. 1999-ல் முடித்தவுடன் சில கம்பெனிகளில் Fitter மற்றும் Operator ஆக வேலை செய்தார். Ashok Leyland Ltd. -ல் வேலை செய்த அனுபவத்தில் இவருக்கு கனரக வாகனம் ஓட்டுனர் பயிற்சியும், Mechanical (பழுதுபார்க்கும்) பயிற்சியும் சுலபமாகக் கிடைத்தது. இந்த அனுபவத்தைப் பயன்படுத்தி, சென்னையில் நண்பர்களுடன் சேர்ந்து Automobile Workshop பணிமனை ஒன்று வைத்து நடத்தினார். சிறு வயதில் பள்ளிப் பருவத்திலேயே நன்றாக படிக்கக் கூடியவரான இவர், இவருடைய குடும்ப சூழ்நிலைக் காரணமாக வெகு சீக்கிரம் ஏதாவது ஒரு வேலை வாங்க வேண்டியது அவசியமானது. இந்திய இரயில்வேயில் வேலை வாங்கியவுடன், அந்த குடும்ப பாரம் குறைந்து குடிமைப் பணி தேர்வுக்கு (Civil Service) தம்மை தயார்படுத்திக் கொள்ள ஆரம்பித்தார். இக்காலக்கட்டத்தில் இவருடைய பெற்றோர், அக்கா, அண்ணன் மிகவும் உதவியாக இருந்து இவர் இத்தேர்வு எழுதுவதற்கு உறுதுணையாக இருந்தனர்.

இக்காலக் கட்டத்தில்தான் இவருக்கு சென்னை, அண்ணாநகரில் உள்ள All India Civil Services Coaching Centre-ல் குடிமைப் பணித் தேர்வுக்கான பயிற்சி அளிக்கப்படுகிறது என்பது தெரிய வந்தது. அங்கு சென்று விசாரித்தபோது, முதலில் +2 முடித்து பின்னர் ஏதாவது ஒரு பட்டப் படிப்பு இத்தேர்வு எழுதுவதற்கு வேண்டும் என்பது தெரிய வந்தவுடன் +2 தேர்வை எழுத முடிவெடுத்தார். பின்னர் சென்னையிலிருந்து நேமூர் கிராமத்திற்குச் சென்று விவசாயம் செய்து கொண்டும், தனக்குத் தெரிந்த Mechanical வேலை மற்றும் Driving வேலை செய்து கொண்டு +2 தேர்வை தனித் தேர்வர் முறையில் எழுதி தேர்வடைந்தார்.

எப்படியாவது வாழ்க்கையில் சாதித்து முன்னுக்கு வரவேண்டும் என்று எண்ணமுடைய இவர், நன்றாக பள்ளியில் படித்திருந்தும் தான் ஏன் இந்நிலையிலேயே இருக்க வேண்டும் என்ற கேள்வியை தனக்குள் வினவிக் கொண்டே அனைத்துப் போட்டித் தேர்வுகளுக்கும் தன்னை தயார்ப்படுத்திக் கொள்ள ஆயத்தமானார். +2 தேர்வு முடிந்தவுடன் அண்ணாமலைப் பல்கலைக்கழகத்தில் (சிதம்பரம்) தொலைதூரக் கல்வி முறையில் பி.ஏ., (வரலாறு) எடுத்து படிக்கலானார். +2 படிக்கவும், பி.ஏ. வரலாறு படிக்கவும் ஆரம்பித்ததற்கான முக்கிய காரணம் குடிமைப்பணித் தேர்வில் பங்கு பெறுவதற்காகவே என்பது இங்கு முக்கியமாக குறிப்பிடத்தக்கது.

அதே நேரத்தில், குடிமைப் பணித் தேர்வில் வெற்றி பெற முடியாவிட்டாலும், ஏதாவது ஒரு போட்டித் தேர்வில் வெற்றி பெற்று பின்னர் குடிமைப் பணி வரை போராட வேண்டும் என முடிவெடுத்திருந்தார். அம்முயற்சியில் முதல்கட்டமாக TNMA (Tamil Nadu Maritime Academy) தூத்துக்குடியில் ஆறு மாத பயிற்சி Marine Engineering-பிரிவில் பெற்று Seaman ஆக Merchant Navy-யில் பயிற்சி பெற்று சிலகாலம் Merchant Navy-யில் பணிபுரிந்தார். அக்காலத்திலும் குடிமைப் பணி தேர்வுக்காக படித்து வந்தார். முழுமையாக தன்னை தயார்படுத்திக் கொள்ள நேரம் கிடைக்காததால் அப்பணியை விட்டு மீண்டும் நேமூர் கிராமத்துக்கு வந்து பழைய விவசாயம் செய்து கொண்டு, விழுப்புரம் வேலை வாய்ப்பு அலுவல-கத்தில் தன்னார்வம் பயிலும் வட்டம் (Self-Study Circle)-ல் தன்னை அனைத்துப் போட்டி தேர்வுகளுக்கும் தயார்படுத்திக் கொண்டிருந்தார். பெரும்பாலும், UPSC, SSC, RRB, BANKING, TNPSC போன்ற அனைத்து வகையான போட்டித் தேர்வுகளுக்கும் முழுமையாக தன்னை தயார்ப்படுத்திக் கொண்டு பி.ஏ. வரலாறும் தொலைதூரக் கல்வி மூலம் மூன்று ஆண்டுகாலம் முடித்து பட்டம் பெற்றார்.

இதனிடையில், சென்னை All India Civil Service Coaching Centre தமிழ்நாடு அரசால் நடத்தும் நுழைவுத் தேர்வில் முதன்முறையில் வெற்றி பெற்று சென்னையில் அப்பயிற்சி நிலையத்தில் சேர்ந்து பயிற்சி பெற்றார். அதுவரை Indian History-யை விருப்பப்பாடமாக எடுத்து

படித்த அவர், அந்நிலையத்திற்கு சென்றவுடன், தன் விருப்பப் பாடமான Geography (புவியியல்)-ஐ விருப்பப்பாடமாக Prelims-க்கும், Main Exam-க்கு புவியியல் மற்றும் தமிழ் இலக்கியமும் விருப்பப் பாடமாக எடுத்து தயார்படுத்திக் கொண்டார்.

அங்கிருந்தே ITI தகுதியில் RRB சென்னை மூலம் நடந்த போட்டித் தேர்வில் Technician Gr,III பணியில் தேர்வானார். அதே ஆண்டு (2006)-ல் முதல்நிலைத் தேர்விலும் (Preliminary) தேர்ச்சி அடைந்தார். திருச்சி பொன்மலை இரயில்வே பணிமனையில் பணியில் அமர்த்தப்பட்ட இவர், பணியிலிருந்துக் கொண்டே அவ்வாண்டுக்கான முதன்மைத் தேர்வுக்கும் (Main Exam) தயார்படுத்திக் கொண்டு தேர்வு எழுதினார். ஆனால் அவ்வாண்டு (2006) முதன்மைத் தேர்வில் 15 மதிப்பெண் வித்தியாசத்தில் தோல்வியுற்றார். அது அவருடைய 3ஆவது Attempt ஆகும். இதற்கு முன்னர் விழுப்புரத்திலிருந்து Indian History விருப்பப்பாடம் எடுத்து பாண்டிச்சேரி தேர்வு மையத்தில் 2004, 2005 முதல் மற்றும் இரண்டாம் Attempt-களில் தோல்வியடைந்திருந்தார்.

பின்னர் இரயில்வே பணியிலிருந்து கொண்டே 4ஆம் முறை குடிமைப் பணித் தேர்வை எதிர்கொண்டார். 2007-ல் முதல்நிலைத் தேர்வில் வெற்றி, முதன்மைத் தேர்விலும் வெற்றி பெற்று நேர்முகத் தேர்வுக்குச் சென்றார் (New Delhi). அவ்வாண்டும் தோல்வியடைந்தார். 5ஆம் Attempt பணியில் இருந்து கொண்டே முதல்நிலைத் தேர்வு தேர்ச்சி, முதன்மைத் தேர்வு தேர்ச்சி மற்றும் நேர்முகத் தேர்வு (Personality Test) எழுதினார். அவ்வாண்டும் (2008) தோல்வியடைந்தார். பின்னர் 2009ஆம் ஆண்டு 6ஆவது முறையாக மீண்டும் இரயில்வே பணியிலிருந்தவாறே குடிமைப் பணித் தேர்வை எழுதி முதல்நிலை, முதன்மைத் தேர்வுகளில் வெற்றி பெற்றார். இதனிடையில் பல்வேறு போட்டித் தேர்வுகளையும் இவர் எழுதினார். Corporation Bank P.O. Exam-ல் முதனிலை தேர்வு தேர்ச்சி அடைந்தார். SSC நடத்தும் Combined Graduate Level Exam-ல் இரண்டு முறை முதல் நிலை தேர்வு தேர்ச்சி அடைந்து முதன்மைத் தேர்வில் தோல்வி அடைந்தார். RRB தேர்வில் Commercial Apprentice

/ Traffic Apprentice தேர்வில் முதல்நிலை தேர்வில் தேர்ச்சி அடைந்தார். UPSC நடத்தும் AC (Assistant Commandant) Exam தேர்ச்சி அடைந்து Civil Service முதன்மை தேர்வு எழுத இருந்ததால் Physical Test-க்கு போக முடியாமல் போனது. TNPSC-யில் Group-I தேர்வில் இருமுறை Preliminary Exam தேர்ச்சி அடைந்து Main Exam-ல் தோல்வியுற்றார். 2009ஆம் ஆண்டு TNPSC-யில் Group-II தேர்வில் வெற்றி பெற்று கடலூர் மாவட்டம், விருத்தாசலத்தில் வட்டாட்சியர் அலுவலகத்தில் Revenue Assistant ஆக பணியில் அமர்ந்தார். அவ்வாண்டே, குடிமைப்பணித் தேர்வுக்கான நேர்முகத் தேர்விலும் தனது 6 ஆவது attempt-ல் தேர்ச்சி அடைந்து 311ஆவது Rank எடுத்து IPS பணியில் அமர்த்தப்பட்டார்.

இந்த ஆறுமுறை Attempt- களிலும், தமிழ் மொழி மற்றும் தமிழ் இலக்கியம் தேர்வுத் தாள்கள் தமிழ் மொழியிலும், மற்ற தேர்வுத் தாள்கள் மற்றும் நேர்முகத் தேர்வை ஆங்கிலத்திலும் எதிர் கொண்டார் என்பது இங்கு குறிப்பிடத்தக்கது.

ஒடிஷா மாநில IPS பணி ஒதுக்கப்பட்ட இவர், ரூர்கேலாவில் ASP பயிற்சியும், மல்காங்கிரி மாவட்டத்தில் SDPO (Sub Divisional Police Officer) மற்றும் Additional SP ஆகவும் பணிபுரிந்தார். 2013 முதல் 2017 வரை ராயகடா மாவட்ட காவல்துறை கண்காணிப்பாளராக (SP) மிகச் சிறப்பாகப் பணியாற்றினார். தற்போது பொலாங்கீர் (Bolangir) மாவட்ட SP ஆக பணியாற்றி வருகிறார்.

இவருடைய சிறப்பான பணியை அங்கீகரித்து 2016ஆம் ஆண்டில் DGP DISC எனப்படும் ஒடிஷா மாநில காவல்துறைத் தலைவர் பதக்கம் வழங்கப்பட்டது. மேலும் 2017ஆம் ஆண்டு உள்நாட்டு பாதுகாப்புக்கான பதக்கம் (Antrik Surakya Seva Padak) மத்திய அரசு இவருக்கு வழங்கி கௌரவித்தது.

பல்வேறு போட்டித் தேர்வுகள் எழுதிய அனுபவத்தாலும், மாணவர்கள் அத்தேர்வுகளுக்கு தங்களை தயார்படுத்திக் கொள்ள ஒரு வழிகாட்டி நூல் ஒன்று தேவை என்பதை உணர்ந்ததாலும், பல்வேறு

பணிச் சுமைக்கிடையில் காலம் ஒதுக்கி இந்நூலை எழுதி வெளியிட்டுள்ளார்.

10ஆம் வகுப்பு முடித்து ITI பயிற்சி முடித்த ஒருவர் குடிமைப் பணிக்கு அளவுக்கு வர முடியும் என்பது ஒரு தொலைதூர விருப்பம். இதற்கிடையில் இவர் பட்ட இன்னல்கள், அவமானங்கள், பணியில் இருந்த நேரத்தில் ஏற்பட்ட நெருக்கடிகள் என்ற பல்வேறு காரணிகளுக்கிடையில், குடும்பத்தில் தமக்குக் கிடைத்த ஆதரவு, நண்பர்கள் கொடுத்த ஊக்கம் போன்றவையும், வள்ளுவனின் வாக்கான,

"இடும்பைக்கு இடும்பை பகுப்பர் இடும்பைக்கு
இடும்பை படா தவர்"

என்ற குறளின் வலிமையும் இவர் சாதிக்க வழி வகுத்த காரணிகளாகும் என்றால் அது மிகையாகாது.

A long, steep climb for this IAS ranker

K. Sivasubramani emerges successful on sixth attempt

A.V.Ragunathan

VILLUPURAM: K. Sivasubramani (28), a native of Nemur village in Villupuram district and currently serving as a Revenue Assistant in the Vriddhachalam taluk office, has successfully got through the civil services examinations held in 2009.

Hailing from a farmer's family, he has scored 311th rank among the 875 candidates selected. It is a long and steep climb, and yet a dream come true for Mr. Sivasubramani who has emerged successful on the sixth attempt.

Mr. Sivasubramani told *The Hindu* that he had been nurturing the ambition of clearing the civil services examination from 1999 when his cousin K. Ramesh got selected. All along, Mr. Ramesh had been his inspiration ... Secondary School at Muttathur.

Since his father Kalirathinam could not afford his educational expenses, as his elder brother K.Ilayaraja had then joined the Alagappa University at Karaikudi, Mr. Sivasubramani had to join the Industrial Training Institute in Cuddalore during 1995-1997.

Later, he served as an apprentice at Ashok Leyland, Chennai, during 1998-1999. After his cousin's success at the UPSC examination in 1999, he was determined enough to emulate him.

He completed Plus Two as a private candidate and then studied B.A. (History) through distance education mode offered by Annamalai University. Later, he enrolled himself in the Self Study Cir-... examination, he tried his hand first time in 2006. It taught him a lesson that private study would not suffice and hence got admission through an entrance test at the government civil services coaching centre at Anna Nagar in Chennai.

He realised that geography, and not history, was close to his heart and hence chose the subject as first option and Tamil literature as the second option. He found climatography and cartography quite tough but Professor Napoli, whom he considers as a guru, helped put things in right perspective.

Meanwhile, he took up a technical job at a Central railway workshop at Tiruchi in 2006. In the two successive years, in 2007 and 2008, he cleared both the preliminary ...

தன்னம்பிக்கை இருந்தால் தலைமைப் பதவி

போட்டி தேர்வுகளில்
விடா முயற்சிக்கு வெற்றி கிடைக்கும்

விழுப்புரத்தைச் சேர்ந்தவர் ஐஏஎஸ் தேர்வில் வெற்றி

விழுப்புரம், மே 7: விழுப்புரத்தை அடுத்த நேரூர் கிராமத்தைச் சேர்ந்த வியாசியின் புதல்வன் சிவகப்பிரமணியன் (படம்) இந்திய ஆட்சிப்பணித் தேர்வில் 875 பேரில் 311-வது நபராக தேர்ச்சி பெற்று முள்ளார்.

நேரூரைச் சேர்ந்த காளிரத்தி எம். ஞானசேகரனின் மகனான இவருக்கு ஒரு சகோதரி, ஒரு சகோதரர் உள்ளனர்.

பிளஸ் 2 படித்து ஐடி.ஐயில் பிட்டராக படித்துள்ளார். பின்னர் அண்ணாமலை பல்கலைக் கழகத்தில் பி.இ. வரலாறு அஞ்சல் வழியில் படித்தார்.

விழுப்புரம் மாவட்ட வேளாப்பு அலுவலகத்தில் மூலம் நடைபாரா பயிற்றுப் பட்டதுக்கு 2004-05-ம் ஆண்டில் சிவில் சர்வீசார் இந்தியாவுக்கு, 2006-ம் ஆண்டு அனைவரை இந்தியாவுக்கு மேனேஜ்மெண்டிடும் குடியரசு பணி தேர்வு பயிற்சி மையத்தில் பயிற்சி பெற்று 2008 முதல் 2009 வரை தொடர்ந்து 3 முறை தேர்வு எழுதி 4-வது முறையாக வெற்றி பெற்றுள்ளார்.

இவர் கூறியதாவது: சாதாரண விவசாய குடும்பத்தில் பிறந்த நான் எனது உயர்வார் ரீதியாக, 1999-ம் ஆண்டு ஐஏ

எஸ் தேர்வில் வெற்றிபெற்ற முகிலனறியேவை போன்ற நாளும் படிக்க வேண்டும் என்று முடிவு செய்து முழுதாக படித்து வந்தேன். இந்நிலையில் பெற்றோர், தோழர்கள், ஆசிரியர்கள் ஆகியோர் ஊக்கமும் உந்துதலும் இதற்கு காரணமாகும். என்னைப் போன்று விவசாய குடும்பத்தில் பிறந்தவர்கள் இந்த தேர்வில் வெற்றி பெற ஊக்கமாக இருக்கிறேன். இனி வரும் பிள்ளைகள் தேர்வில் வெற்றி பெற்றால் நான் போற்றி பெரும்மைப் படம் என்றார்.

சிவில் சர்வீஸ் தேர்வில் விவசாயி மகன் தேர்ச்சி

விழுப்புரம், மே 6: விழுப்புரம் மாவட்டம் நெரூர் சேர்ந்த விவசாயி மகன் சிவகப்பிரமணியம் சிவில் சர்வீஸ் தேர்வில் 331வது இடத்தில் தேர்ச்சி பெற்று உள்ளார்.

அவர் கூறியதாவது: விழுப்புரம் அடுத்த நேரூர் கிராமத்தில் வசிக்கிறேன். தந்தை காளிரத்தி எய் விவசாயி. நாங் ஞான சேகர், சகோதரி செல்வி ஆகிய நாங்கள் மூன்று பேர் பள்ளிப்படிப்பு படி தாய் வகுப்பு தான். பின் அரசு இ.கூ. பிட்டர் முதல் வகுப்பில் தேர்ச்சி பெற்று, சென்னையில் அப்பெரிஎல் முடிவத் தேர்.

அப்போது கடந்த (1998ம் ஆண்டு) சிவில் சர் வீஸ் தேர்வில், எனது பெரி யப்பா மகன் சக்டிவேல் தேர்

இடத்தில் தேர்வுயில் ஆர் சேன. தேர்வில் அடிப் படையில் ஐ.பி எஸ்., வாய்ப்பு உத்தரிப்பிடுள்ளது. இதற்கு இட்டை பே 2008ம் ரவியில் வை தேர்வில் (ஆர், ஆ.பி.) வெற்றி பெற்று இருதல் பொய்யையம் பார்த்திரேன்.

பின் குரூப் 1 தேர்வில் முதல் நினைவு தேர்வில் வெற்றி முதல்வர்கள் தேர் வில் தோல்வியலனடு தேன்.

பின், குரூப் 2 தேர்வில் வெற்றி பெற்று, கடந்த ஜனவரி மாதத்திருந்து

விழுப்புராசவத்தில், வருவாய் துறை உதவியாளராக தற் போது பணியாற்றி வருகிறேன்.

தந்தையை சிறிய வயதி லேயே பிறந்த தினத்தில், எனது தாயார் தான் என்னை படிக்க வைத்து முன்னேறி வந்திருந்தார். விவசாய குடும்பத்தை பணிகளை பார்த்து கொண்டே, பயிற்சி வெற்றி பெற்றுள்ளது படிக்க வேண்டும்.

இவ்வாறு சிவகப்பிர மணியன் கூறினார்.

இந்திய சிவில் சர்விசஸ் தேர்வில்
விழுப்புரம் மாணவர் ஐ.பி.எஸ். பணிக்கு தேர்ச்சி

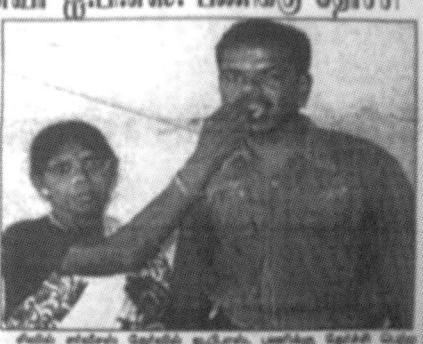

சிவில் சர்வீஸ் தேர்வில் வெற்றி பெற்ற
சிவசுப்ரமணிக்கு எஸ்.பி., பாராட்டு